தீவீரு

சீடர்குளுர்க்குதுலு

சபை ஸ்தாபிக்கும் இயக்கங்களாக உருமாறும் வண்ணம்இ சிறு குழுக்களிலும்இ வீட்டு சபைகளிலும்இ குறுகிய கால அருட்பணி பயணங்களிலும் சீடர்களை உருவாக்குவதற்கு உதவும் பயிற்சி நூல்

(Tamil Edition Copyright Info to go here)

பரிந்துரைகள்

"அருட்பணி விரிவாக்கத்தையும் சபை வளர்ச்சியையும், அனுபவம் மற்றும் அர்ப்பணிப்பு எனும் கண்களால் பார்கின்ற புத்தகங்களுக்கு எப்பொழுதுமே தேவை இருக்கின்றது. இயேசுவை பின்பற்றுவோம் பயிற்சி அப்படிப்பட்ட ஒரு தொடர் ஆகும். இவ்வுலகத்தின் தேசங்களை சந்திக்க இயேசுவின்அனுகுமுறையை இப்புத்தகம் எளிமையாக்குகிறது.

இப்புத்தகத்தை எழுதியவர் எவறும் தத்துவரீதியானவர் அல்ல; மாறாக, அவைகளை செயல்முறைப்படுத்துகிறவர். நீண்டகாலமாக இறைபணியில் ஈடுபட்டிருக்கும் டான் லாங்காஸ்டர் எழுதிய இயேசுவைப் பின்பற்றுவோம் என்ற இப்புத்தகத்தின் புதிய அனுகுமுறையால் நீங்கள் மிகுந்த பயனடைவ-ீர்கள்."

ராய் ஜே ஃபிஷ்
ஓய்வுபெற்ற பேராசிரியர்
தென்மேற்கு பேப்டிஸ்ட் இறையியல் கல்லூரி

"தேவனை தேடுபவர்களையும் புதிய விசுவாசிகளையும் சீடர்களாக்குவதற்கு, எந்த கலாச்சாரத்திலும் இயங்கக்கூடிய ஒரு செயல்முறை புத்தகத்தை தேடுகிறீர்களா? இது அப்படிப்பட்ட புத்தகம்.

இந்த மூன்றுநாள் சீடத்துவ பயிற்சிமுறை நூல், புதிய சீடர்கள் மற்றவர்களுக்கு பயிற்சியளித்து, அவர்களை உடனடியாக, இயேசுவின் கட்டளைகளை அன்போடு கீழ்ப்படியும்படி மாற்றக்கூடிய அளவு எளிதானதாக உள்ளது. டான் லாங்காஸ்டர் அவர்கள் பல்லாண்டு அனுபவங்களையும், தேவ வார்த்தையையும், தலைசிறந்த செயல்முறைகளையும் ஒன்று சேர்த்து, நான் என்னோடு எடுத்துச்செல்லக்கூடிய ஒரு கருவியாக உருவாக்கியிருக்கிறார்."

காலென் குர்ராஹ்
பால் டிமோத்தி பயிற்சியாளர்கள் - ஐட்டினரண்ட் கன்ஸல்டண்ட்
www.Paul-Timothy.net

"இந்த பயிற்சிநூலின் தெளிவான, மற்றும் மீண்டும் மீண்டும் செய்யப்பெறும் அனுகுமுறை, புது விசுவாசிகளுக்கு தங்கள நம்பிக்கையின் அடிப்படையை புரிந்து கற்றறியவும், தாங்கள் கற்றுக்கொள்வதை பிறருக்கு பகிர்ந்தளிக்கவும் ஒரு பயனுறுதியுள்ள வரைச்சட்டத்தை அளிக்கிறது."

கிலைடு டி. மீடார்
செயல். துணைத் தலைவர்
சர்வதேச அருட்பணி மன்றம், எஸ்பிசி

“நான் இந்த பயிற்சிபொருளைக்கொண்டு அமெரிக்காவில் நூற்றுக்கணக்கான தலைவர்களுக்கு பயிறசியளித்துள்ளேன். நான் எப்பொழுதும் பயிற்சிபெறுபவரிடமிருந்து பெறும் பதில்கள் இரண்டுதான்: “இது எவ்வளவ எளிதாக உள்ளது,” மற்றும் “இதை பல ஆண்டுகளுக்கு முன்னால் கற்றிருந்தால் நன்றாக இருந்திருக்கும்.” இந்த பயிற்சிநூலில் உள்ள உண்மைகள் எளிதில் பரவக்கூடியது, செயல்முறைக்கு ஏற்றது, நிரூபிக்கப்பட்டது. மட்டுமல்ல, மற்றவர்களை சீடர்களாக்கும் சீடர்களை உருவாக்குவதற்கு பயனுறுதியுள்ளதும் கூட. இதை நான் முழுமனதுடன் பரிந்துரைக்கிறேன்!”

ராய் மிக்லங்
அருட்பணியாளர் மற்றும் அறிவுரையாளர்
www.MaximizeMyMinistry.com

“சி.பி.எம் உலகிற்கு இது ஒரு எளிதான பாடத்தொடர் போன்றது. எளிதல் பெருக்கக்கூடிய ஒரு செயல்முறையைப் பயன்படுத்தி, கனிதரும் சீடத்துவ வாழ்க்கைக்கு வேண்டிய ஒரு அடிப்படை வரைச்சட்டத்தை வழங்குகிறது. இதில் பயனுள்ளதும், செயல்முறைக்கேற்றதுமான பயிற்சிக்குறிப்புகள் நிறைந்துள்ளன.”

கர்டிஸ் சார்ஜென்ட்
உலக அனுகுமுறை துணைத் தலைவர்
ஈ3 கூட்டாளிகள் அருட்பணி
www.e3partners.org

“இயேசுவைப் பின்பற்றுவோம் பயிற்சியின் முதல் புத்தகமான தீவ-ிர சீடர்களாக்குதல், உலகெங்கும் புதிய விசுவாசிகள் இயேசுவில் தங்கள் அடித்தளத்தை உறுதிபடுத்த உதவும் ஒரு செயல்முறைக்கேற்ற சீடத்துவ கருவியாகும். விசுவாசிகளுக்கு இது தேவனை முழு இருதயத்தோடும், முழு ஆத்துமாவோடும், முழு மனதோடும், முழு பலத்தோடும் நேசிக்கக் கற்றுக்கொடுக்கிறது. அதுமட்டுமல்ல, புதிய விசுவாசிகளுக்கும், பல வருடங்களாக விசுவாசிகளாயிருக்கிறவர்களுக்கும், கிறிஸ்துவின் அன்பை பிறருக்கு தெரிவிக்க உதவும் கருவிகளையும் அளிக்கிறது.

முதல் நாளிலிருந்து, பயிற்சிபெறுவோர் அழியும் உலகின்மேல் ஒரு கரிசனைகொள்ள ஆரம்பிக்கிறார்கள். பயிற்சி பெறுவோர், இருளான பகுதிகளுக்கு இயேசுவின் ஒளியைக் கொண்டு செல்லும்போது, தாங்கள் கற்றுக்கொண்டவைகளை மற்றவர்களுக்கு பகிர்ந்தளிக்கப் பயிற்சி பெறுகிறார்கள். இது செயல்முறைக்கு ஏற்றதும், எளிதில் உபயொகிக்கக் கூடியதும், வேதாகமம் சார்ந்ததாகவும், துணிவுள்ளதாகவும் உள்ளது.”

ஜெரால்டு டபிள்யு புர்ச்
ஓய்வுபெற்ற அருட்பணியாளர்
சர்வதேச அருட்பணி மன்றம், எஸ்பிசி

“கிறிஸ்துவைப் பின்பற்றும் தீவிர சீடர்களை உருவாக்க, டான் லாங்காஸ்டர் ஒரு எளிதான, வேதத்தைச் சார்ந்த, எளிதில் பெருகப்பண்ணக்கூடிய ஒரு முறையை அளித்திருக்கிறார். வேறு என்ன தேவை? விசுவாசிகள் தே-வனில் வளரச்செய்ய எட்டு எளிதான படங்களை உபயோகிக்கிறார். இந்த கோட்பாடுகள் அருட்பணி அநுபவத்தில் சோதனைச்செய்யப்பட்டுள்ளதால், உங்களுக்கும் நன்கு செயல்படும்.”

கென் ஹெம்ப்ஹில்
தேவராஜ்யத்தை வலுப்படுத்த தேசிய செயல்முறையாளர்
எழுத்தாளர், பேச்சாளர், வளர்ச்சி அறிவுரையாளர்,
அருட்பணி மற்றும் சபை வளர்ச்சி பேராசிரியர்

“நான் இந்த பயிற்சியை பிலிப்பைன்ஸ் நாட்டில் உபயோகித்துள்ளேன்; இது நன்கு செயல்படுவதால் இது எனக்கு மிகவும் பிடித்துள்ளது. என்னிடம் பயிற்சி பெறுவோரை, இந்த பயிற்சி உங்களுக்கு எதனால் பிடித்துள்ளது என்று கேட்டதற்கு, “நாங்கள் பயிற்சியளிப்பவர்கள் பிறரை பயிற்றுவிக்கவும் முடியம்!” என்று பதிலளித்தார்கள். இந்த எளிதான பாடங்களில் சிறந்த பயன் இதுதான்... அவை எளிதில் பெருகக்கூடியவை.

வழக்கறிஞர்கள், மருத்துவர்கள், ராணுவத் தலைவர்கள், விதவைகள், நுழைவாயில் பாதுகாவலர்கள் போன்ற பலதரப்பட்டவர்களும் - கற்றவர்கள் மற்றும் கல்லாதவர்கள் - இதைப் பயன்படுத்தி, பிறருக்கு பயிற்சியளிப்பதையும், அப்படி பயிற்சி பெற்றவர்கள் மேலும் பிறரை பயிற்றுவிப்பதையும் நாங்கள் கண்டோம்.”

டாரல் சீல்
பிலிப்பைன்ஸ் நாட்டில் அருட்பணியாளர்

“முப்பது வருடங்களுக்கும் மேலாக, தாய்லாந்து நாட்டின் புறநகர் மற்றும் கிராமப்புறங்களில் சபைஸ்தாபகராக நான் வேலை செய்தபோது, அடிக்கடி நான் செயலற்றுப்போன சபைகளைப் பார்த்திருக்கிறேன்; இவை தங்கள் ஆவிக்குறிய உணவிற்கு வெளியிலிருந்து வரும் தலைவர்களை நம்பியிருந் சபைகள். இந்த நிலமைக்கு ஒரு முக்கிய காரணம், அந்த சபை ஸ்தாபபித்தவர்கள், உள்நாட்டு விசுவாசிகளால் மேலும் பெருக்கக்கூடாத மேலை நாட்டு பயிற்சி முறைகளை உபயோகித்ததால்தான். அந்த சபைகள-ில் வெகு சில மட்டுமே தாங்களாகவே பெருகினார்கள் - பிறந்தது முதல் வளர்ச்சி-யில்லாதவர்கள் போலிருந்தபடியால்.

இந்த பயிற்சி நூல், தேவ வார்த்தை ஒரு விசுவாசியிடமிருந்து மற்ற விசுவாசிக்கு பரவும் என்பதை உறுதிப்படுத்த இரண்டு முக்கிய காரியங்களை அளிக்கின்றன. பரவுவதற்கு தேவையான எளிமை, மற்றும் மறுபடி மறுபடி கூறிக் கற்றுக்கொள்ளும் முறை.”

ஜாக் கின்னிசன்
ஓய்வுபெற்ற அருட்பணியாளர்
சர்வதேச அருட்பணி மன்றம், எஸ்பிசி

“ஒருவன் தன் சீடனாக வேண்டுமானால், தன்னைத்தான் வெறுத்து, தன் சிலுவையை எடுத்துத், தன்னைப் பின்பற்றவேண்டுமென்று இயேசு கூறினார். ஒரு ஆசிரியராக, போதகராக, பிள்ளைகளுக்குத் தகப்பனாக, மற்றும் அருட்பணியாளராக, டான் லாங்காஸ்டர் சீடத்துவத்தின் அழைப்பையும், அடிப்படையும் மாற்றக் கூடாததுமான தேவைகளையும் நன்கு அறிவார். கிராமமானாலும் சரி, பல்கலைக் களக வகுப்பறையானாலும் சரி, இந்த பயிற்சி மிகவும் விலைமதிப்பானதும், அனுகுமுறையில் முக்கியம் வாய்ந்ததும், ஏற்றதுமாயிருக்கிறது.

சீடத்துவத்திற்கான அழைப்பு உலகெங்குமுள்ளது; டாக்டர் டான் லாங்காஸ்டர் எந்த கலாச்சாரத்திலும் சூழலிலும் உபயொகிக்கக்கூடியதும், பெருகக்கூடியதுமான ஒரு கருவிவை உருவாக்கியுள்ளார். எளிதானதும், திடமுமான கற்றுத்தரும் முறைகளைக் கொண்டு உருவாக்கப்பட்ட இயேசுவை பின்பற்றுவோம் பயிற்சி, சீடத்துவ பயிற்சியை மகிழ்ச்சியானதாகவும், நினைவில் நிற்கின்றதாகவும் செய்கின்றது. இப்பயிற்சி சீடர்களுக்குத் தேவையான ஒரு முழுமையான பயிற்சியாகும்: வேதத்தைச் சார்ந்தது, பெருகப்பண்ணக்கூடியது, செயல்முறைக்கு ஏற்றது.”

பாப் பட்லர்
தேசிய இயக்குநர்
சர்வதேச கூட்டுறவு சேவைகள்
நாம் பென், கம்போடியா

“டாக்டர் டான் லாங்காஸ்டர் வேதத்தின் சுவிசேஷ நூல்களை மட்டுமல்ல, கலாச்சாரத்தையும் நன்கு கற்றுள்ளார். அவர் நமக்கு எளிமையானதும், செயலாக்கக்கூடியதுமான, மக்களை தேவனுக்குள் வலுப்படுத்தும் ஒரு செயல்முறையை அளித்துள்ளார். அது இயேசுவின் முறைகளை பின்பற்றுவதுமட்டுமல்ல, நிகழ்ச்சிகளை சார்ந்திருக்காததுமாயிருக்கிறது. வீட்டு சபைகளுக்கான இந்த செயல்முறை கிறிஸ்துவை மையமாகக் கொண்டு, சீடர்களுக்காக உருவாக்கப்பட்டது. இந்த செயல்முறையை நான் அதிகமாக மெச்சி, வீட்டு சபைகள் கலாச்சாரத்தின் எல்லையை மீறி, வடஅமெரிக்காரின் மரபு சபைகளிலும் பயன்படுத்தபடுமென்று பிரார்த்திக்கிறேன்.”

டெட் எல்மோர்
பிரார்த்தனை மட்டும் அருட்பணிகள்
அனுகுமுறையாளர்
டெக்ஸாஸ் கன்வென்ஷனின் தென் பாப்டிஸ்டுகள்

பொருளடக்கம்

புர்கும் 1
சேயுல்முஜறு வீளுக்கும்

புர்கும் 2
புயீறுசீ

வரவேற்பு	45
பெருக்கு	53
அன்புசெலுத்து	67
ஜெபி	79
கீழ்ப்படி	93
நட	109
போ	125
பகிர்	137
விதை	151
எடுத்துக்கொள	163

புர்கும் - 3
குறீப்புஜரு

மேலும் ஆய்வுக்கு	175
இணைப்பு அ	177
இணைப்பு ஆ	179
இணைப்பு - இ	189

முன்னுரை

"...நான் உங்களுக்குக் கட்டளையிட்ட யாவையும் அவர்-கள் கைக்கொள்ளும்படி அவர்களுக்கு உபதேசம் பண்ணுங்கள்."

இயேசுவின் பெரிய கட்டளையின் (புசநயவ ஊழஅஅளைளழைெ) இறுதியில் வரும் இந்த வார்த்தைகள், 2000 ஆண்டுகளுக்கு முன் கிறிஸ்து அதை கூறியபோது எவ்வளவு முக்கியமானதாயிருந்ததோ, இன்றைக்கும் அவ்வாறெ முக்கியத்துவம் வாய்ந்ததாக உள்ளது. இயேசு கட்டளையிட்ட யாவையும் அவர்கள் கைக்கொள்ள வேண்டுமென்றால் என்ன அர்த்தம்? இயேசு செய்ததும் கூறியதும-ான எல்லாவற்றையும் எழுதினால், எழுதப்படும் புத்தகங்கள் உலகம் கொள்ளாதென்று அப்போஸ்தலனாகிய யோவான் சொல்லுகிறார் (யோ. 21:25). நிச்சயமாகவே, இயேசு அதைவிட சுருக்கமானதையே மனத-ில் கொண்டிருந்தார். இயேசுவைப் பின்பற்றுவோம் பயிற்சியின் முதல் பாகமான தீவிர சீடர்களாக்குவோம் புத்தகத்தில், டான் டான்காஸ்டர் சுவிசேஷ புத்தகங்களிலிருந்து இயேசுவைக் குறித்து எட்டு படங்களை தெளிவாக்கியுள்ளார்; இவைகளை மாதிரியாகக் கொண்டு நடந்தால், கிறிஸ்துவை பின்பற்றுவோரை கிறிஸ்துவைப் போன்ற சீடராக்கிவிடும்.

தீவிர சீடர்களாக்குதல் என்ற இப்புத்தகத்தில், டான் வெறும் ஒரு சீடத்துவ புத்தகத்தை உருவாக்க எண்ணாமல், அதைவிட மேலான ஒரு நோக்கம் கொண்டிருக்கிறார்; சீடத்துவத்தை பெருக்கும் ஒரு இயக்கத்தை மனதில் கொண்டிருக்கிறார். இந்த நோக்கத்திற்காக அவர் நான்காண்டு காலம் தன் சீடத்துவ பயிற்சியை உருவாக்கி, பரிசோதித்து, மதிப்பிட்டு, பின் திருத்தியமைத்திருக்கிறார்; எந்த அளவுக்கு என்று கேட்டால், புதிய விசுவாசிகள் கிறிஸ்துவைப் போன்ற சீடர்களாகும் வரை மட்டுமல்ல, ஆனால் அவ்வாறு பயிற்சிபெற்றவர்கள் தாங்களே சிறந்த சீடர்களாக்குவோராக மாறும் அளவுக்கு.

இந்த சீடத்துவ முறையை உருவாக்கிய பின், டாக்டர் லாங்காஸ்டர் இந்த பாடங்களை ஒரு எளிதில் உபயோகிக்கக் கூடியதும், பெரிதளவில்

மீண்டும் அச்சடிக்கப்படக்கூடியதும், எந்த கலாச்சாரத்துக்கும் ஏற்றபடி மாற்றியமைக்கக் கூடியதுமான ஒரு உருவத்தில் ஒருமுகப்படுத்தியதன் மூலம், கிறிஸ்துவின் முழு அங்கத்திற்கும் ஒரு பெரிய தொண்டு செய்திருக்கிறார். இயேசுவைப் போலாகும் முடிவற்ற முயற்சிக்கும், கிறிஸ்துவின் ராஜ்யத்தை உலகமெங்குமுள்ள புதிய சீடர்கள் மூலமாக விரிவாக்குவதற்கும், தீவிர சீடர்களாக்குவோம் பயிற்சி ஒரு ஆற்றல் வாய்ந்த பங்களிப்பாகும்.

இந்த உலகத்தின் போக்கில் ஊறியிருக்கும் இந்த காலக்கட்டத்தில், சீடர்களாக்குதல் எளிதல்ல; ஆனால் அது முடியாத காரியமுமல்ல. மேலும், சீடர்களாக்குதல் கடினமானால் விட்டு விடலாமென்ற காரியமுமல்ல. டான் லாங்காஸ்டரின் தீவிர சீடர்களாக்குதல் பயிற்சிக்குள் நீங்கள் இறங்கிப் பார்க்கும்பொழுது, நீங்கள் செல்லவேண்டிய வழிக்கு வேண்டிய ஒரு நிரூபிக்கப்பட்ட வரைபடத்தை உங்களுக்கு அளிக்கும் ஒரு சக சீடரையும், சீடராக்குபவரையும் நீங்கள் சந்திப்பீர்கள்.

டேவிட் காரிசன்
சியங் மய், தாய்லாந்து
ஆசிரியர் - சபை ஸ்தாபன இயக்கங்கள்:
இழந்துபோன உலகத்தை தேவன் எப்படி மீட்கிறார்

நன்றியுரை

பதினைந்து வருடங்களுக்குமுன் இயேசுவைப் பின்பற்றுவோம் பயிற்சி துவங்கிய மூன்று சபைகளின் அங்கத்தினருக்கும் என் நன்றி: சமுதாய வேதாகம சபை, ஹாமில்டன், டெக்ஸாஸ் (ஒரு ஸ்தாபிக்கப்பட்ட கிராமப்புற சபை); புதிய உடன்படிக்கை சபை, டெம்பிள், டெக்ஸஸாஸ் (ஒரு நிரூபிக்கப்பட்ட, சீடத்துவத்தை மையமாகக் கொண்ட சபை); மற்றும் ஹைலாண்டு ஐக்கியம், லூயில்வில், டெக்ஸாஸ் (ஸ்தாபிக்கப்பட்ட ஒரு புறநகர் சபை). கடந்த இந்த வருடங்களில், இயேசுவை பின்பற்றுவோம் பயிற்சி, கிறிஸ்துவைக்குறித்த படங்கள் நான்கிலிருந்து ஏழாகவும், பின் முடிவில் எட்டாக வளர்ந்துள்ளதை நாம் கண்டோம். நாம் பெரிதளவில் ஒன்றாகப் பகிர்ந்துகொண்டோம்; உங்கள் அன்பும் ஜெபங்களும் பல தேசங்கள் மிகுந்த கனிதருவதற்கு உதவியாக இருந்தது.

பல தென்கிழக்கு ஆசிய நாடுகளின் தேசிய கூட்டாளிகள் இந்த பயிற்சியை சர்வதேச அளவில் தெளிவாக்கவும் அமுல்படுத்தவும் உதவியாக இருந்தார்கள். இந்த நாடுகளிலுள்ள சூழ்நிலையினால், பாதுகாப்பு காரணத்தால் அவர்கள் பெயர்களை நான் இங்கு வெளிப்படுத்த இயலாது. குறிப்பாக, மூன்றுபேர் அடங்கிய ஒரு குழு இந்த பயிற்சியை அருட்பணி களத்தில் சோதனைச் செய்து பார்க்க உதவி செய்து, இன்னும் வந்து கொண்டிருக்கும் சீடர் சந்ததிகளுக்கு பயிற்சியளித்து, அவர்கள் பிறருக்கு பயிற்சியளிக்கவும் உதவுகிறார்கள்.

தென்கிழக்கு ஆசியாவில் இந்த பயிற்சியை உருவாக்கிய நான்காண்டு கால முழுவதும் எங்களுக்கு உதவியாயிருந்து, கருத்து பரிமாற்றம் தந்து, ஊக்கமளித்த பயிற்சியில் பங்குபெற்றோருக்கு எங்கள் நன்றி. இந்த பயிற்சியை கணிசமான பல வகைகளில் செம்மைப்படுத்தவும் மையங்கொள்ளவும் நீங்கள் உதவி செய்தீர்கள்.

நாம் ஒவ்வொருவரும் நம் வாழ்வில் பெரிதளவு முதலீடு செய்த வழிகாட்டிகளாலும் வாழ்க்கை அனுபவங்களாலும் இப்பொழுது இருக்கும் நிலைக்கு வந்துள்ளோம். மறைந்திரு ரோணி காம்ஸ், டாக்டர் ராய் ஜே ஃபிஷ், மறை திரு கிரெய்க் காரிஸன், டாக்டர் டேவிட் காரிஸன், டாக்டர் எல்வின் மெக்கன், மறைதிரு டைலன் ரோமோ,

மற்றும் டாக்டர் தாம் வுல்ப் ஆகியோருக்கு, நான் இயேசுவின் சீடனாக வாழும் வாழ்வில் ஏற்படுத்திய செயல் விளைவுக்காக நன்றி சொல்ல விரும்புகிறேன்.

இந்த பயிற்சியில் இடம்பெறும் பல குறுநாடகங்களுக்காக டாக்டர் ஜார்ஜ் டாட்டர்சன் மற்றும் டாக்டர் சாலன் குர்ராஹ் அவர்களுக்கு சிறப்பான நன்றி.

முடிவாக, என் குடும்பம் அளித்த பின்பலனுக்கும் ஊக்கத்திற்கும் நான் நன்றி சொல்லுகிறேன். ஜெ.ஃப், சாக், காரிஸ், சேன் ஆகிய என் பிள்ளைகள் எனக்கு விசுவாசம், நம்பிக்கை மற்றும் அன்பிற்கு ஒரு வற்றாத ஊற்றாக இருந்து வருகிறார்கள்.

என் மனைவி ஹாலி, இந்த மூலப் பிரதியை பல முறை வாசித்து, யோசனைகள் கூறுவதை சிறப்பாக செய்தார். அவர் தான் நடத்திய பயிற்சிகளிலிருந்து பல புதிய யோசனைகளை சேர்த்ததுமல்லாமல், கடந்த பதினைந்து வருடங்களாக பல கருத்துபடிவங்களுக்கு ஒரு ‘ஒலிப்பலகைத் தட்டி’யாக இருந்து, அவைகளை செயல் வடிவம் கொண்டு வருவதற்கு உறுதுணையாக இருந்தார்.

உணர்ச்சிமிக்க, ஆவிக்குரிய தலைவர்களை நாம் உருவாக்குவதிலும் உலகின் தேசங்களுக்கு சுகமளிப்பைக் கொண்டு வருவதிலும் நாம் தொடரும்பொழுது, தேவன் தாமே உங்கள் எல்லாரையும் ஆசீர்வதிப்பாராக.

டேனியல் பி. லாங்காஸ்டர், பிஎச்டி
தென்கிழக்கு ஆசியா

அறிமுகம்

‘இயேசுவை பின்பற்றுவோம்’ பயிற்சியின் முதல் பகுதிக்கு உங்களை வரவேற்கிறேன்; இப்பகுதியின் பெயர் “*தீவிர சீடர்களாக்குதல்*”. குமாரனாகிய இயேசுவை நீங்கள் பின்பற்றும்போது ஆண்டவர்தாமே உங்களை ஆசீர்வதித்து வளமாக்குவாராக. உங்கள் சந்திக்கப்படாத மக்கள் குழுமூலம் இயேசுவோடு நடக்கும்போது உங்கள் ஊழியத்தின் கனி நூறத்தனையாகப் பெறுகட்டும்!

உங்கள் கைகளிலிருக்கும் இப்பயிற்சி நூல், இயேசு உலகத்தைச் சந்திக்க உபயோகித்த அணுகுமுறையின் அடிப்படையில் உருவாக்கப்பட்ட ஒரு முழுமையான பயிற்சி முறை. இது அமெரிக்காவிலும், தென்கிழக்காசியாவிலும் பல வருடங்கள் ஆய்வு செய்து, பரிசோதிக்கப்பட்டது. இந்தப் பயிற்சிமுறை, வெறும் கருத்தியல் அல்ல, நடைமுறைக்க ஏற்றதும் கூட. ஆண்டவரின் அருட்பணியை செய்யும்பொழுது இதை உபயோகித்து, இவ்வுலகில் ஒரு உண்மையான வித்தியாசத்தைக் காண்பியுங்கள். அமெரிக்காவில் ஒரு கிராமப்புற சபையையும் புறநகர் சபையையும் துவங்கியபின், ஒரு தென்கிழக்காசிய நாட்டுக்குச் சென்று அங்குள்ள கிறிஸ்தவ தலைவர்களுக்கு பயிற்சியளிக்க ஒரு அழைப்பை எங்கள் குடும்பம் உணர்ந்தது. நான் அமெரிக்காவில் சபை ஸ்தாபகராகவும், மற்ற சபை ஸ்தாபகர்களுக்கு பயிற்சியளிப்பதிலும், பத்து வருடங்களுக்கு மேல் பணியாற்றியிருந்தேன். வெளிநாட்டுக்குச் சென்று, இதே காரியத்தைச் செய்வது எளிதான காரியமாக இருக்குமல்லவா?

இவ்வருட்பணி இடத்திற்கு எங்கள் குடும்பம் தற்பெறுமையுடனும் தன்னம்பிக்கையுடனும் புறப்பட்டது மொழிப்பயிற்சியின்போது, அந்நாட்டுக்கூட்டாளி ஒருவரோடு சேர்ந்து மற்றவர்களுக்கு பயிற்சியளிக்க துவங்கினேன். அடிப்படை சீடத்துவம் மற்றும் சபை ஸ்தாபித்தலில் ஒருவார பயிற்சியென துவங்கினோம். பொதுவாக, முப்பது முதல் நாற்பது பேர் வரை இப்பயிற்சிகளுக்கு வருவார்கள். இந்தப் பயிற்சி பாடங்கள் எவ்வளவு பிரயோஜனமாயிருந்தது என்றும், நாங்கள் கற்றுக்கொடுப்பதை எவ்வளவு பாராட்டுகிறார்கள் என்றும் அவர்கள் அடிக்கடி கூறுவார்கள். எனினும், ஒரு காரியம் என்னை

உறுத்தியது. இப்பயிற்சிக்கு வருபவர்கள், தாங்கள் கற்றுக்கொள்வதை மற்றவர்களுக்கு கற்றுக்கொடுப்பதில்லை என்பது தெளிவாகத் தெரிந்தது.

அமெரிக்காவில், இது ஒரு பிரச்சினை அல்ல, ஏனென்றால் அங்குள்ள கலாச்சாரத்தில் ஒரு கிறிஸ்தவ அடிப்படை இருக்கிறது (அல்லது, இருந்தது). இது, கிறிஸ்தவர்கலல்லாத ஜனங்கள் மத்தியிலும் உண்மை. ஆனால் தென் கிழக்காசியாவில், தேவனை அறியாத மக்கள் மத்தியில் இத்தகைய கிறிஸ்தவ அடிப்படை துளியும் இல்லை. அமெரிக்காவில், கடவுளை அறியாத இத்தகைய மனிதர், வேறொரு கிறிஸ்தவரை சந்திக்கவும், அவர்களால் வழிநடத்தப்படவும், வாய்ப்பு உண்டு பணித்தளத்திலோ இத்தகைய நிச்சயம் எதுவும் இல்லை.

எனவே, நாங்கள் ஒரு குழப்பத்திலிருந்தோம். நாங்கள் இந்நாட்டு மக்களுக்கு கற்றுக்கொடுப்பது "நல்ல பொருள்". எனினும், அவர்கள் அதை பரப்பாமல் இருந்தனர். உண்மையில், பயிற்சிகளுக்குச் செல்வதையே தொழிலாகக் கொண்டவர்களை மட்டுமே நாங்கள் ஈர்ப்பதுபோல தோன்றியது. ஏழ்மையில் மூழ்கியிருக்கும் ஒரு நாட்டில் நாங்கள் பயிற்சியின்போது நல்ல உணவு வழங்கினோம் என்பதும், விளைவை கொஞ்சம் மங்கச் செய்தது. ஆனால், அடுத்து நடந்தது என்னை, ஆச்சரியப்படுத்தியது மட்டுமல்ல, எனக்கு ஒரு தாழ்மை உணர்வையும் தந்தது. ஒரு பயிற்சிக்குப்பின் நான் என்னுடைய மொழிப்பெயர்ப்பாளருடன் ஒரு டீக்கடையில் உட்கார்ந்து ஒரு சாதாரண கேள்வியைக் கேட்டேன்.

> *"ஜான்[1], இந்த வாரம் பயிற்சி பெற்றவர்கள், பயிற்சியை எந்த அளவிற்கு உபயோகித்து, மற்றவர்களுக்கும் பயிற்றுவிப்பார்கள்?"*

ஜான் சிறிது நேரம் யோசித்தார் அவர் பதிலளிப்பதை தவிர்க்கிறார் என்று எனக்குப் புரிந்தது. அவர் கலாச்சாரத்தில் மாணவர் ஒருவர் தன் ஆசிரியரை ஒருநாளும் குறைவு சொல்லமாட்டார்கள் ஆனால் நான் ஜானை அப்படிச் செய்யவேண்டி கேட்கிறேன் என்பது புரிந்தது.

மேலும் சிறிது பேசி, நான் ஜானுடைய பதிலை தவறாக எடுக்கமாட்டேன் என்ற நிச்சயத்தை தெரிவித்தப்பின், ஜான் கொடுத்த பதில் எல்லாவற்றையும் மாற்றியது:

> *"டாக்டர் டேன், நான் நினைக்கிறேன், அவர்கள்*

1 பாதுகாப்பு காரணத்திற்காக பெயர் மாற்றப்பட்டுள்ளது.

கற்றுக்கொண்டதில் ஒரு பத்து சதவிகிதம் செய்வார்கள்.”

நான் ஆடிப்போனதை வெளிகாட்டாமலிருக்க முயற்சித்தேன். அதற்கு பதில், நான் ஜானிடம் மற்றொரு கேள்வியைக் கேட்டேன்.

அடுத்த இரண்டரை வருடங்கள் நாங்கள் பின்பற்றவிருக்கும் ஒரு செயல்முறையை அக்கேள்வி துவக்கியது.

> *“ஜான், அவர்கள் பின்பற்றுவார்கள் என்று நீங்கள் நினைக்கும் அந்த பத்து சதவிகிதம் எது என்று எனக்குக் காட்ட முடியுமா? அந்தப் பகுதியை மட்டும் வைத்துக்கொண்டு, மற்றதை உதறிவிட்டு, கற்றுக்கொடுக்கும் எல்லாவற்றையும் அவர்கள் செய்யும்படி இந்தப் பயிற்சியை திருத்தியமைக்கலா மென்று நினைக்கிறேன்.”*

அவர்கள் நிச்சயம் செய்வார்கள் என்று ஜான் எண்ணிய பத்து சதவிகிதம் என்ன என்று எனக்குக் காண்பித்தார். மற்ற எல்லாவற்றையும் தள்ளிவிட்டு, நாங்கள் முழு பயிற்சியையும் அடுத்த முறைக்காக திருத்தியமைத்தோம். ஒரு மாதத்திற்குப்பின், மற்றொரு ஒருவார பயிற்சியை அளித்தப்பின், ஜானிடம் அதே கேள்வியைக் கேட்டேன்: எத்தனை சதவீதம் செய்வார்கள்?

> *ஜான் சொன்னார், “டாக்டர் டேன், இந்தமுறை நீங்கள் கற்றுத்தந்ததில் பதினைந்து சதவீதம் செய்வார்கள் என்று நிச்சயம் நினைக்கிறேன்.”*

நான் வாயடைத்துப்போனேன்! நான் அமெரிக்காவில் சபை போதகராக பணியாற்றியபோது கற்றுக்கொண்டதையும், மற்ற சபை நிறுவனர்களுக்கு பயிற்சியளிக்கும்போது கற்றுக் கொண்டதையும் சேர்த்து சென்றமுறை பயிற்சியை முழுவதுமாக திருத்தியமைத்து, என்னிடமிருநத மிகச்சிறந்த எல்லாவற்றையும் இம்முறை பயிற்சியில் அளித்திருந்தேன் என்பது ஜானுக்குத் தெரியாது. அதிலிருந்து அந்தப் பயிற்சிக்கு வந்தவர்கள் பதினைந்து சதவீதம் மட்டும் தான் உபயோகிப்பார்களா?

இவ்வாறு நாங்கள் துவக்கிய செயல்முறையை, அடுத்த இரண்டறை ஆண்டுகள் பயன்படுத்தி, இயேசுவைப் பின்பற்றுவோம் பயிற்சிமுறையை மேலும் மேலும் திருத்தியமைத்தோம்.

ஒவ்வொரு மாதமும் ஒரு வார பயிற்சி கருத்தரங்கை நடத்தி முடித்தப்பின், அப்பயிற்சியைப்பற்றி கருத்து பரிமாற்றம் செய்வோம். எங்கள் முயற்சிக்கு வழிகாட்டியாக இருந்தது இந்த ஒரு கேள்வியை மட்டுமே : கற்றுக்கொடுத்தவற்றிலிருந்து எந்த அளவு பயிற்சிபெற்றவர்கள் செயல்படுத்துகிறார்கள் அல்லது செயல்படுத்துவார்கள்?

மூன்றாவது மாதத்தில் இந்த சதவீதம் இருபதாக உயர்ந்தது அடுத்த மாதம் இருபத்தைந்தாகியது. சில மாதங்கள் நாங்கள் முன்னேற்றம் அடையவேயில்லை. ஒரு சில மாதங்கள் பெரிய அடிகள் எடுத்து முன்னேறினோம். இந்த வளர்ச்சியின்போது ஒரு அடிப்படை கோட்பாடு தெளிவானது. நாங்கள் எந்த அளவுக்கு மற்றவர்களுக்கு இயேசுவின் முன்மாதிரியை பின்பற்ற கற்றுக்கொடுத்தோமோ, அந்த அளவு அவர்கள் மற்றவர்களுக்கும் அதைக் கற்றுக்கொடுப்பார்கள்.

பயிற்சி பெற்றவர்கள் தொண்ணூறு சதவீதம் உபயோகிக்கிறார்கள் என்ற செய்தியை ஜானும், அந்நாட்டைச் சேர்ந்த மற்றவர்களும் என்னிடம் பகிர்ந்து கொண்ட நாள் இன்னும் என் நினைவில் உள்ளது. எங்கள் மேலைநாட்டு முறைகள், ஆசிய முறைகள், எங்கள் மேற்படிப்பில் கற்றுக்கொண்டவை, எங்கள் அனுபவங்கள், இவை எல்லாவற்றையும் தள்ளவிட்டு, இயேசுவின் முன்மாதிரியை மட்டுமே சார்ந்திருக்க நாங்கள் கற்றுக்கொண்டோம். "இயேசுவை பின்பற்றுவோம்" பயிற்சிமுறை தோன்றிய கதைதான் இது. "தீவிர சீடர்களாக்குதல்" என்ற பகுதி, ஒரு செயல்முறை பயிற்சி அமைப்பு. சுவிசேஷ புத்தகங்கள், அப்போஸ்தலர் நடபடிகள், நிருபங்கள், சபை வரலாறு ஆகிய எல்லாவற்றிலும் காணப்படுகின்ற, தேசங்களை சந்திக்கின்ற இயேசுவின் அணுகுமுறையின் ஐந்து படிகளை இந்தப் பயிற்சி விசுவாசிகளுக்கு கற்றுத்தருகிறது. இந்த பயிற்சியின் குறிக்கோள் முழுமனமாற்றமே அல்லாமல், தகவல் அளிப்பது அல்ல. இந்தக் காரணத்தால், பாடங்கள் ஒவ்வொன்றும், முக்கிய ஆவிக்குரிய உண்மைகளான "விதைகள்" அது மட்டுமல்ல, அவை பலுகிப்பெருகக் கூடியவை. "டிகாஞ்சம் புளித்த மாவு பிசைந்த மாவு முழுவதையும் புளிப்பாக்கும்" என்ற சத்தியத்தின் அடிப்படையில், இது விசுவாச-ிகளை வைராக்கியமுள்ள, பலுகிப்பெருகக்கூடிய, கிறிஸ்துவை பின்பற்றுகிறவர்களாக பலப்படுத்துகிறவை.

இந்தப் பயிற்சி நூலில் இருப்பதை, எந்த மாற்றமும் இல்லாமல் (நீங்கள் பயிற்சி நடத்தும் கலாச்சாரத்துக்கு ஏற்ப மாற்றம் செய்வதை தவிர) குறைந்தது ஐந்து முறை கற்றுக்கொடுக்கவும். பயிற்சிக்குழு உங்கள் பக்கத்தில் நடந்து முதல் ஐந்து முறையும் நீங்கள் பயிற்சியளிக்க உதவுவதுபோல கற்பனை செய்து பாருங்கள். "தீவிர சீடர்களாக்குதல்" என்ற பயிற்சியில் பல உயர்நிலையான, ஆற்றல்

வாய்ந்த கோட்பாடுகள் உள்ளன் இவற்றை நீங்கள் பிறருக்கு படிப்படியாக பலமுறை கற்றுக்கொடுத்தப்பின்னரே உங்களுக்குத் தெளிவாகும். இதுவரை, நாங்கள் பல்லாயிரக்கணக்கான மக்களை (கிறிஸ்துவை அறிந்தவர், அறியாதவர் உட்பட) அமெரிக்காவிலும், ஆசியாவிலும் இப்பயிற்சியில் கற்றுத்தந்திருக்கிறோம். இந்த அறிவுரையைப் பின்பற்றுவதன்மூலம் மற்றவர்கள் ஏற்கனவே செய்த தவறை நீங்கள் தவிர்க்கலாம். ஒன்றை மனதில் கொள்ளுங்கள். அறிவாளிகள் தங்கள் தவறுகளிலிருந்து கற்றுக்கொள்வார்கள் அதிக ஞானமுள்வர்களோ, மற்றவர்கள் செய்யும் தவறுகளிலிருந்து கற்றுக்கொள்வார்கள்.

“இயேசுவை பின்பற்றுவோம்” பயிற்சியின்மூலம், மற்றவர்கள் அடைந்த மாற்றத்தைக் காட்டிலும், நாங்கள் அடைந்த மாற்றம் சமம், அல்லது அதிகம் என்பதை கூற விரும்புகிறோம். தேவன் உங்கள் வாழ்விலும், அப்படியே அதிகமாய் செய்வாராக!

பாகம் 1
செயல்முறை விளக்கம்

இயேசுவின் அணுகுமுறை

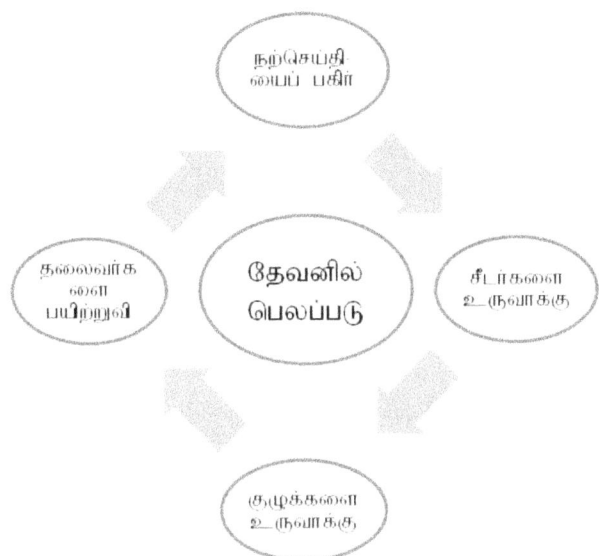

தேசங்களைச் சென்றடைய இயேசுவின் அணுகுமுறை ஐந்து படிகளைக் கொண்டது: தேவனில் பெலப்படுதல், நற்செய்தியைப் பகிர்ந்துகொள்ளுதல், சீடர்களை உருவாக்குதல், சபைகளாய் மாறும் குழுக்களை உருவாக்குதல் மற்றும் தலைவர்களை பயிற்றுவித்தல். ஒவ்வொரு நிலையும் தனித்தனியெ நின்றாலும், ஒரு வட்ட வடிவ ஒழுங்கில் பிற படிகளை விருத்தி செய்கிறது. இயேசுவைப் பின்பற்றுதல் பயிற்சிப்பொருட்கள், பயிற்சியாளர்களை தாங்கள் இயேசுவைப் பின்பற்றுவதன் மூலம் சபை நிறுவும் இயக்கத்திற்கு ஒரு தூண்டுகோலாக மற்றுகின்றது.

தீவிர சீடர்களாக்குதல் முதல் மூன்று படிகளைப்பற்றுயது. ஆண்டவரில் பெலப்படுதல், நற்செய்தியைப் பகிர்ந்து கொள்ளுதல், மற்றும் சீடர்களை உருவாக்குதல். பயிற்சிபெறுபவர்களுக்கு, பெருக்கத்துக்கான ஒரு தரிசனம் அளிக்கப்பட்டு, எவ்விதம் ஒரு சிறு

குழுவை நடத்துவது, ஜெபபித்தல், இயேசுவின் கட்டளைகளுக்குக் கீழ்படிதல், பரிசுத்த ஆவியானவரின் பெலத்தில் ஜீவித்தல் (தேவனில் பெலப்படுதல்) ஆகியவற்றில் பயிற்றுவிக்கப்படுகின்றனர். தங்கள் பணியிடங்களில் எவ்விதம் தேவனோடு சேர்ந்கொள்ளலாம் என அறிந்து கொள்கிறார்கள். தங்களளது சாட்சியைப் பகிர்ந்து கொள்ளவும் சுவிசேஷ விதையை விதைக்கவும், பெருக்கத்துக்கான தரிசனத்தைப் பகிர்ந்து கொள்ளவும். கற்றுக்கொள்ளுகிறார்கள் (இரண்டாம் படி). இப்பயிற்சியை முடிக்கும்போது, சீடர்களை உருவாக்கவும் (மூன்றாம் படி) அவர்களைக்கொண்டு குழுக்களை உருவாக்கவும் தேவையான சாதனங்களாய் பெறுகிறார்கள்.

தீவிர சீடர்களாக்குதல் முறையில் பிறரைப் பயிற்றுவிப்பார்கள், தீவிர சபைகளை ஆரம்பிக்கவோ, தீவிர தலைவர்களை உருவாக்கவோ முயல்கின்றனர். தீவிர சபைகைள உருவாக்குதல் என்பது, புதிய குழுக்களையும் புதிய சபைகளையும் ஆரம்பிக்க சபைகளுக்கு அதிகாரம் அளிக்கும் ஒரு பயிற்சியாகும் (இயேசுவின் திட்டத்தில் நான்காம் நிலை). இது சபை நிறுவும் இயக்கத்திற்கு வழிகோலுகிறது.

தீவிர தலைவர்களைப் பயிற்றுவித்தல், மனதுருக்கம் கொண்ட ஆவிக்குரிய தலைவர்களை உருவாக்குகிறது (இயேசுவின் திட்டத்தில் ஐந்தாம் படி). இது நமது இறுதி இலக்காண சபை நிறுவும் இயக்கத்திற்கு வழி கோலுகிறது. இவ்விரண்டு பயிற்சித் திட்டங்களுமே இயேசுவின் ஊழியம் மற்றும் வழிமுறைகளை ஆய்ந்து, கற்பவர்கள் எளிதாகக் கற்றுத்தேர்ந்து பிறருடன் பகிர்ந்து கொள்ளக்கூடிய எளியப் போதனைகளை அளிக்கிறது.

கீழ்க்காணும் வேதப்பகுதியில், மேற்கூறிய ஐந்து நிலைகளும் உறுதி செய்யப்படுகின்றன. பேதுருவும் யோவானும் இயேசுவின் மாதிரியையே பின்பற்றினர். இயேசுவைப் பின்பற்றும்ட பயிற்சித்திட்டம் நம்மையும் அவ்வாறே செய்ய ஊக்குவிக்கிறது.

இயேசு

ஆண்டவரில் பெலப்படுதல்

> *லூக்கா 2:52 இயேசு ஞானத்திலும் வளர்த்தியிலும் தேவகிருபையிலும் மனுஷர் தயவிலும் அதிகமதிகமாய் விருத்தியடைந்தார்.*

இயேசுவின் அணுகுமுறை 23

நற்செய்தியைப் பகிர்ந்துகொள்ளுதல்

□மாற்கு 1:14,15□ யோவான் காவலில் வைக்கப்பட்டபின்பு இயேசு கலிலேயாவிலே வந்து, தேவனுடைய ராஜியத்தின் சுவிசேஷத்தைப் பிரசங்கித்து : காலம் நிறைவேறிற்று, தேவனுடைய ராஜ்யம் சமீபமாயிற்று மனந்திரும்பி சுவிசேஷத்தை விசுவாசியுங்கள் என்றார்.

சீடராக்குதல்

□மாற்கு 1:16-18□ அவர் கலிலேயாக் கடலோரமாய் நடந்து போகையில், மீன் பிடிக்கிறவர்களாயிருந்த சீமோனும், அவன் சகோதரன் அந்திரேயாவும் கடலில் வலை போட்டுக் கொண்டிருக்கிறபோது அவர்களைக் கண்டார். இயேசு அவர்களை நோக்கி, என் பின்னே வாருங்கள், சபைகளை மனுஷரைப் பிடிக்கிறவர்களாக்குவேன் என்றார். உடனே அவர்கள் தங்கள் வலைகளை விட்டு அவரைப் பின்சென்றார்கள்.

தலைவர்களைப் பயிற்றுவித்தல்

□மாற்கு 6:7-10□ அவர் பன்னிருவரையும் அழைத்து, அசுத்த ஆவிகளைத் துரத்த அவர்களுக்கு அதிகாரங்கொடுத்து, வழிக்குப் பையையாகிலும், அப்பத்தையாகிலும், கச்சையில் காசையாகிலும் எடுத்துக் கொண்டு போகாமல், ஒரு தடியை மாத்திரம் எடுத்துக் கொண்டு போகவும், பாதரட்சைகளைப் போட்டுக் கொண்டு போகவும், இரண்டு அங்கிகளைத் தரியாதிருக்கவும் கட்டளையிட்டார். பின்பு அவர்களை நோக்கி நீங்கள் எங்கேயாகிலும் ஒரு வீட்டில் பிரவேசித்தால், அவ்விடத்தை விட்டுப் புறப்படுகிற வரைக்கும் அங்கே தானே தங்கியிருங்கள்.

பேதுரு

ஆண்வரில் பலப்படுதல்

□அப்போஸ்தலர் 1:13,14□ அவர்கள் அங்கே வந்தபோது மேல் வீட்டில் ஏறினார்கள். பேதுருவும் யோவானும் "இவர்களெல்லாரும் ஸ்திரிகளோடும், இயேசுவின் தாயாகிய மரியாளோடும்" ஒருமனப்பட்டு ஜெபத்திலும் வேண்டுதலிலும் தரித்திருங்கள்.

நற்செய்தியைப் பகிர்ந்து கொள்ளுதல்

□அப். 2:38,39□ பேதுரு கூறினார்: தேவனிடத்தில் திரும்புங்கள், இயேசுகிறிஸ்துவின் நாமத்தினாலே ஞானஸ்நானம் பெற்றுக்கொள்ளுங்கள். அப்பொழுது உங்கள் பாவங்கள் மன்னிக்கப்படும். பரி. ஆவியின் வரத்தைப் பெற்றுவீர்கள்.

சீடராக்குதல்

□அப். 2:42,43□ அவர்கள் அப்போஸ்தலருடைய உபதேசத்தினாலும், அந்நியோன்யத்தினாலும் அப்பம் பிட்குதலினாலும், ஜெபம்பண்ணுதலினாலும் உறுதியாய்த் தரித்திருந்தவர்கள்.எல்லாருக்கும் பயமுண்டாயிற்று. அப்போஸ்தலர்களாலே அநேக அற்புதங்களும் அடையாளங்களும் செய்யப்பட்டது.

குழுக்கள்/சபைகள் ஆரம்பித்தல்

□அப். 2:44-47□ விசுவாசிகளெல்லாரும் ஒருமித்திருந்து, சகலத்தையும் பொதுவாய்வைத்து அநுபவித்தார்கள். கானியாட்சிகளையும் ஆஸ்திகளையும் விற்று ஒவ்வொருவனுக்கும் தேவையானதற்குத் தக்கதாக அவை-களில் எல்லாருக்கும் பகிர்ந்துகொடுத்தார்கள். அவர்கள் ஒருமனப்பட்டவர்களாய்த் தேவாலயத்திலே அனுதினமும்

தரித்திருந்து வீடுகள் மற்றும் அப்பம்பிட்டு மகிழ்ச்சியோடும் கபடமில்லாத இருதயத்தோடும் போஜனம்பண்ணி, தேவனைத்துதித்து ஜனங்களெல்லாரிடத்திலும் தயவு பெற்றிருந்தார்கள். இரட்சிக்கப்பட்டவர்களைக் கர்த்தர் அனு-தினமும் சபையிலே சேர்த்துக்கொண்டுவந்தார்.

தலைவர்களுக்கும் பயிற்சியளித்தல்

□அப். நடபடிகள் 6:3,4□ ஆதலால் சகோதர-ரே, பரிசுத்தஆவியும் ஞானமும் நிறைந்து, நற்சாட்சி பெற்றிருக்கிற ஏழுபேரை உங்களில் தெரிந்துகொள்ளுங்கள் அவர்களை இந்த வேலைக்காக ஏற்படுத்துவோம். நாங்களோ ஜெபம்பண்ணுவதிலும் தேவவசனத்தைப் போதிக்கிற ஊழியத்திலும் இடைவிடாமல் தரித்திருப்போம் என்றார்கள். (அப் 6:5,6-ஆம் வசனங்களையும் காண்க).

பவுலடிகளார்

ஆண்டவரில் பெலப்படுதல்

□கலாத்தியர் 1:15-17 □ அப்படியிருந்தும், நான் என் தாயின் வயிற்றிலிருந்ததுமுதல், என்னைப் பிரித்தெடுத்து, தம்முடைய கிருபையினால் அழைத்த தேவன், தம்முடைய குமாரனை நான் புறஜாதிவனிடத்தில் சுவிஷே மாய் அறிவிக்கும் பொருட்டாக, அவரை எனக்குள் வெளிப்படுத்தப் பிரியமாயிருந்தபோது, உடனே நான் மாம்சத்தோடும் இரத்தத்தோடும் யோசனைபண்ணாமலும் எனக்கு முன்னே அப்போஸ்தலரானவர்களிடத்திலே எருசலேமுக்குப் போகாமலும், அரபிதேசத்திற்குப் புறப்பட்டுப்போய், மறுபடியும் தமஸ்கு ஊருக்குத் திரும்பிவந்தேன்.

சுவிசேஷத்தைப் பகிர்ந்து கொள்ளுதல்

□அப். 14:21□ அந்தப் பட்டணத்தில் அவர்கள் சுவிசேஷ

த்தைப் பிரசங்கித்து, அநேகரைச் சீஷராக்கினபின்பு, லிஸ்திராவுக்கும் இக்கோனியாவுக்கும் அந்தியோகியாவுக்கும் திரும்பி வந்து...

சீடராக்குதல்

□அப். 14:22□ சீஷருடைய மனதைத் திடப்படுத்தி, விசுவாசத்திலே நிலைத்திருக்கும்படி அவர்களுக்குப் புத்திசொல்லி, நாம்ட அநேக உபத்திரவங்களின் வழி-யாய் தேவனுடைய ராஜ்யத்தில் பிரவேசிக்கவேண்டுமென்று சொன்னார்கள்.

குழுக்கள்/சபைகளை ஆரம்பித்தல்

□அப். 14:23 □ (பவுலும் பர்னபாவும்) அந்தந்தச் சபைகளில் அவர்களுக்கு மூப்பர்களை ஏற்படுத்தி வைத்து, உபவாசித்து ஜெபம்பண்ணி, அவர்கள் விசுவாசித்துப் பற்றிக்கொண்ட கர்த்தருக்கு அவர்களை ஒப்புவித்தார்கள்.

தலைவர்களைப் பயிற்றுவித்தல்

□அப். 16:1-3 □ அவன் (பவுல்) தெர்பைக்கும் லீஸ்திராவுக்கும் போனான். அங்கே தீமோத்தேயு என்னப்பட்ட ஒரு சீஷன் இருந்தான் அவன் தாய் விசுவாசமுள்ள யூதஸ்திரீ. அவன் தகப்பன் கிரேக்கன்.

அவன் லீஸ்திராவிலும் இக்கோனியாவிலுமுள்ள சகோதரரா-லே நற்சாட்சி பெற்றவனாயிருந்தான்.

அவனைப் போகவேண்டுமென்று விரும்பி, அவனுடை-டய தகப்பன் கிரேக்கன் என்று அவ்விடங்களிலிருக்கும் யூதர்களெல்லாரும் அறிந்திருந்தபடியால், அவர்கள் நிமித்தம் அவனுக்கு விருந்தசேதனம் பண்ணினான்.

சபை சரித்திரம்

சபை சரித்திரம் முழுவதும் இதே ஐந்து படிகளைக்கொண்ட ஒழுங்குமுறை தெளிவாகக் காணப்படுகிறது.

பரிசுத்த பெனடிக்ட், பரிசுத்த பிரான்சிஸ் (அஸிஸி), பீட்டர் வால்டோவும் வால்டநேசியர்களும், ஜேக்கப் ஸ்பீனர், ஜான் வெஸ்லி (மெத்தடிஸ்ட்), ஜோனத்தன் எட்வர்ட்ஸ் (பியூரிட்டன்ஸ்), கில்பர்ட் டெனன்ட் மற்றும் பேப்டிஸ்ட், டாசன் ட்ராட்மேன் மற்றும் நேவிகேட்டர்ஸ், பில்லி கிரஹம் மற்றும் நவீன சுவிசேஷகர்கள் அல்லது பில் பிரைட் மற்றும் கேம்பஸ் குருசேடு ஆகிய அனைவரிடமும் இதே ஒழுங்குமுறை மீண்டும் மீண்டும் வெளிப்படுவதைக் காணலாம்.

“என் சபையைக் கட்டுவேன்” என்றார் இயேசு கிறிஸ்து (மத்.16:18). இயேசுவின் வழிமுறையும் இதுவே. இசேுவைப்பின்பற்றும் பயிற்சி, இயேசுவைத் தங்கள் முழுமனதோடும், ஆவியோடும் பெலத்தோடும் பின்பற்ற விசுவாசிகளுக்கு அதிகாரமளிக்கிறது.

பயிற்சியாளர்களை பயிற்றுவித்தல்

பயிற்சியாளர்களை எவ்விதம் பயிற்சியைப் பெறுகப்பண்ணுமாறு பயிற்றுவிப்பது என்பதைப்பற்றி இந்தப் பகுதி விவரிக்கிறது.

தீவிர சீடர்களைாக்குதல் முறையில் பிறருக்குப் பயிற்சியளித்த பிறகு எவ்விதமான விளைவுகளை எதிர்பார்க்கலாம் என்பது பற்றி சுருக்கமாகப் பகிர்ந்து கொள்வோம். ஆண்டவரின் இறுதிக் கட்டளையின் அடிப்படையில், ஆராதனை, ஜெபம், கற்றல் நடைமுறைப் படுத்தல் ஆகியபடிகளை உள்ளடக்கிய ஒரு பயிற்சித் திட்டத்தைக் கூற விழைகிறோம். இறுதியாக, ஆயிரக்கணக்கான பயிற்சிகளையும் பயிற்றுவித்தபோது நாங்கள் கண்டுபிடித்த சில உண்மைகளை உங்களுடன் பகிர்ந்து கொள்ள விரும்புகிறோம்.

விளைவுகள்

தீவிர சீடருக்கான பயிற்சியை முடித்தபின் பயிற்சியாளர்கள் செய்யக்கூடியவை

- கிறிஸ்துவை அடிப்படையாகக் கொண்ட பத்து அடிப்படை சீடத்துவப் பாடங்களைப் பிறருக்குக் கற்றுக்கொடுக்க

- இயேசுவைப் பின்பற்றுவோரை வருணிக்கம் எட்டு தெளிவான குணாதிசயங்களை நினைவுபடுத்த

- ஆண்டவரின் அதிமுக்கிய கட்டளையின் அடிப்படையில் ஒரு சிறிய எளிய ஆராதனைக் குழுவை நடத்த

- வல்லமையான ஒரு சாட்சிகயையும் சுவிசேஷ செய்தியையும் தன்னம்பிக்கையுடன் பகிர்ந்து கொள்ள

- அப். நடபடிகள் 29-இல் காணும் வரைபடத்தைப் பயன்படுத்தி விசுவாசிகளை பயிற்றுவிக்கவும், இழந்த ஆத்துமாக்களைத் தேடும் தரிசனம் அளிக்க

- சீடர் குழு (சில பிற்காலத்தில் சபையாக மாறும்) ஆரம்பிக்கவும் பிறரை அவ்வாறு செய்ய பயிற்சியளிக்க

செயல்முறை

ஒவ்வொரு பயிற்சி பகுதியும் ஒரே வடிவமைப்பைக் கொண்டதாயிருக்கும். அதன் ஒழுங்கு முறையும உத்தேச கால அட்டவணையும் கீழே கொடுக்கப்பட்டுள்ளன.

துதி

- 10 நிமிடங்கள்

- தேவ பிரசன்னத்திற்காகவும், அவர் ஆசீர்வாதத்திற்காகவும் யாராவது ஒருவரை ஜெபித்து ஆரம்பிக்குமாறு கேட்டுக்கொள்ளுங்கள். வேறு ஒருவர் சில கவிகளை.:. பாடல்களை நடத்தலாம். இசைக் கருவி வாசிக்கலாம், கட்டாயம் இல்லை.

ஜெபம்

- 10 நிமிடங்கள்

- பயிற்சி பெறுபவர்களை இரண்டிரண்டு பேராக பிரிக்கவும். ஒவ்வொருவரும், இதுவரை தாங்கள் கூட்டுசேராத ஒருவருடன் சேரவேண்டும்.

  1. ஒவ்வொருவரும் தங்கள் கூட்டாளியோடு, பின்வரும் கேள்விகளுக்கான பதில்களைப் பகிரவேண்டும்.

  2. நமக்குத் தெரிந்த, இரட்சிக்கப்படவேண்டியவர்களுக்காக எவ்வாறு ஜெபிக்கலாம்?

- ஒருவர், ஒரு குழுவை இன்னும் ஆரம்பிக்காதவர் என்றால் அவரது கூட்டாளி அவருடன் இணைந்து, நண்பர் மற்றும் குடும்ப உறுப்பினரைக் கொண்ட ஒரு பட்டியல் தயாரித்து, அப்பட்டியலில் உள்ளவர்களுக்காக ஜெபித்தல்

பாடம்

இயேசுவை பின்பற்றுவோம் பயிற்சி கீழ்க்கண்ட செயல்முறையை கடைப்பிடிக்க வேண்டும்: துதி, ஜெபம், (பாடம்) கற்றல், செயல்முறை பயிற்சி. இம்முறை பக்கம் 40-ல் உள்ள எளிய ஆராதனை மாதிரியை அடிப்படையாகக் கொண்டது. இதிலுள்ள 10 பாடங்களுக்கு “பாடம்” பகுதி பின்வருமாறு:

- 30 நிமிடங்கள்

- ஒவ்வொரு பகுதியும் மறு ஆய்வுடன் துவங்குகிறது. இதுவரை கற்றப் பாடங்களையும், கிறிஸ்துவின் எட்டு படங்களையும் மறு ஆய்வு செய்வதன் மூலம், பயிற்சி முடிவில் பங்கேற்போர் முழு பயிற்சியையும் ஒப்பிக்க இயலும்.

- மறு ஆய்வுக்குப்பின் அப்பகுதியின் பாடம் நடத்தப்படும். பயிற்சிபெறுபவர்கள் நன்கு கவனிக்கவும், முடிவ-ில் ஒருவருக்கொருவர் பயிற்சியளிக்கவேண்டும் என பயிற்சியளிப்பவர் வலியுறுத்தவேண்டும்.

- பயிற்சியளிப்பவர் கற்றுக்கொடுக்கும்போது கீழ்க்கண்ட வரிசையைப் பின்பற்ற வேண்டும்.

    1. கேள்வி கேட்டல்

    2. வேதப்பகுதியை வாசித்தல்

    3. பயிற்சிபெறுபவர்கள் கேள்விகளுக்குப் பதிலளிக்க உற்சாகப்படுத்துதல்

இம்முறையில் பயிற்சியளித்தல், தேவ வசனத்தை மேலதிகாரமாக வைக்கிறது, பயிற்சியளிப்பவரை அல்ல. பல பயிற்சிகளில் பொதுவாக பயிற்சியளிபவர் கேள்விகேட்டு, பதில் கூறி,

தமது பதிலுக்கு வேதவசனத்தை ஒததுக் காட்டுவார். இது பயிற்சியளிபவரின் மேன்மையை காண்பிக்கிறது, தேவவசனதின் மேன்மையை அல்ல.

- பயிற்சிபெறுபவர்கள் பதில் தவறாக இருந்தால் திருத்த முற்படாமல் வசனத்தை மீண்டும் பிடித்து, பதிலளிக்கச் செய்யவேண்டும்.

- ஒவ்வொரு பாடமும் ஒரு மனப்பாட வசனத்துடன் முடி-வடையும். அனைவரும் எழுந்து நின்று பத்து முறை வசனத்தை ஒப்பிக்கவேண்டும். வேதபகுதியின் குறிப்பு முதலிலும் வசனம் பிறகுமாக முதல் ஆறுமுறை வேதத்தைப் பார்த்தும் பிறகு நான்கு முறை மனப்பாடமாகவும் சொல்ல வேண்டும். குழுவாக பத்துமுறை ஒப்பித்தபின் அமரலாம்.

பயிற்சி

- 30 நிமிடங்கள்

- பயிற்சிபெறுபவர்களின் ஜெபக்கூட்டாளிள் இப்போது பயிற்சிக் கூட்டாளிகளாக இருப்பார்கள்.

- இருவரில் ஒருவரைத் தலைவராகத் தெரிந்துகொண்டு, தலை-லவர் முதலில் கற்பிக்கவேண்டும். பயிற்சியாளர் தலைவரைத் தேர்ந்தெடுக்கும் முறையை விளக்கவேண்டும்.

- பயிற்சியாளர் பயிற்சியளித்ததை பாவித்து, முதலில் தலைவர் தன் கூட்டாளியைப் பயிற்றுவிப்பார். இப்பயிற்சியின் வடிவமைப்பு முழுவதையும் செய்ய வேண்டும் - மறு ஆய்வுடன் தொடங்கி, புதிய பாடம், மற்றும் மனப்பாட வசனத்ம் முடிய. மனப்பாட வசனத்தை ஒப்பித்தபின் பங்கேற்போர் அமரலாம்; இதன்மூலம் யார் யார் முடித்தார்கள் என பயிற்சியளிப்பவர் அறியலாம்.

- முதலாமவர் இவ்வாறு முடித்தபின் அடுத்தவர் இதேபோல் ஆரம்பிக்கவேண்டும். எந்தப்பகுதியும் விடுபடக்கூடாது.

- நீங்கள் கற்றுக்கொடுக்கிற அதேபோல செய்கிறார்களா என்று பயிற்சியளிப்பவர் அறையில் சுற்றிச் நடந்து கண்காணிக்கவேண்டும்.

பயிற்சியாளர்களை பயிற்றுவித்தல் 33

கையசைவுகளை செய்யாமல் விடுவதைக் கண்டால் நீங்கள் செய்ததுபோல் செய்கின்றதில்லை என்பதற்கு அடையாளம். நீங்கள் கற்றுக்கொடுத்தது போலவே செய்யவேண்டும் என்று வலியுறுத்துங்கள்.

- ஒருமுறை தங்கள் கூட்டாளிகளோடு செய்தபின், வேறு கூட்டாளிகளோடு மீண்டும் பயிற்சிக்க வேண்டும்.

முடிவு

- 20 நிமிடங்கள்

- அநேகமாக எல்லா பகுதிகளும் கற்றுக்கொண்டவர்களை நடைமுறைப்படுத்துவதில் முடியும். அப். 29-இல் உள்ள வரைபடத்தைத் செய்ய போதிய நேரம் தரவேண்டும். அறையில் சுற்றிவந்து, மற்றவர்களின் கருத்தை அறியவும் பயிற்சிபெறுபவர்களை உற்சாகப்படுத்தவேண்டும்.

- தேவைப்பட்டால் அறிவிப்புகள் கொடுத்தபின் ஒருவரை முடிவு ஜெபம் செய்யச் சொல்லாம். இது வரை ஜெபிக்காதவரை ஜெபிக்கச் சொல்லலாம். பயிற்சி முடியும்போது ஒவ்வொருவரும் ஒரு முறையாவது இறுதி ஜெபம் செய்திருக்கவேண்டும்.

கொள்கைகள்

கடந்த 10 ஆண்டுகளில் ஆயிரக்கணக்காணவர்களுக்குக் கற்றுக்கொடுத்ததில் கீழ்க்கண்ட உண்மைகளைக் கண்டு பிடித்துள்ளோம். இவைகளுக்குக் கலாச்சார அடிப்படையில்லை, ஏனென்றால் அவற்றை ஆசியா, அமெரிக்கா, ஆப்ரிக்கா போன்ற இடங்களில் நன்கு பயனளிப்பதைப் பார்த்திருக்கிறோம். (ஐரோப்பாவைப்பற்றி இன்னும் தெரியாது).

- *ஐந்து முறை விதி* - பயிற்சிபெறுபவர்கள் ஒரு பாடத்தை ஐந்து முறை செயல்பயிற்சி செய்தால் தான் மற்றவர்களை பயிற்றுவிக்க தேவையான தன்னம்பிக்கை வரும். செயல்பயிற்சி என்பது பிறர் கற்றுத்தருவதை கவனித்தல் அல்லது தாங்களே கற்றுத்தருவது. ஒரு முறை தங்களது ஜெபக்கூட்டாளிகளுடனும்,

அடுத்தமுறை இன்னொரு கூட்டாளியுடனும் அதே பாடத்தை பயிற்சிக்க வேண்டும்.

- *அதிகத்தை விட கொஞ்சம் நல்லது* - மாணவர்களின் கீழ்ப்படியும் அளவுக்குத்தக்கதாகவே சமாசாரங்கள் கற்றுக் கொடுக்கப்படவேண்டும். கற்றுக் கொண்டவற்றைச் செயல்படுத்துவது தான் முக்கியம்.

- *கற்றுக்கொள்ளும் முறைகள் ஒருவரிலிருந்து மற்றவருக்கு மாறுபடும்* - கேட்டல், பார்த்தல், அல்லது உடல் அசைவுகளின்மூலமாக இருக்கலாம். எங்கள் முறை ஒருவரும் விடப்பட்டுப் போகக் கூடாது என்பதற்காக இம்மூன்று வகை-களையும் செயல்படுத்துகிறது.

- *செயல்முறை,* பொருளடக்கம் இரண்டுமே முக்கியத்துவம் உள்ளது. கல்வி என்பது தகவல்களை அளிப்பது மட்டுமல்ல, கற்பவரை மாற்றத்தக்கதாக இருக்கவேண்டும். இயேசுவைப் பின்பற்றும் பயிற்சியில், எந்த அளவுக்கு கற்பவற்றை பிறருக்கு கற்றுத்தருகிறார்கள் என்ற அடிப்படையில் எங்கள் கற்பிக்கும் முறைகளை மதிப்பீடு செய்கிறோம்.

- *மறுஆய்வு, மறுஆய்வு, மறுஆய்வு* - மனப்பாடம் செய்வதால் மக்களின் மனம் மாற்றப்படுகிறது. மறுஆய்வ்ு பகுதிய-ில் முழு பாடத்தையும் மாணவர் மனப்பாடம் செய்ய ஊக்குவிக்கப்படுகின்றனர். இப்பகுதியைத் தவற விடவேண்டாம். எங்கள் அனுபவத்தில் மூன்றாம் வகுப்பு படித்த விசுவாசிகள் கூட (தென் கிழக்கு ஆசிய) செய்கைமூலம் இப்பாடத்திட்டம் முழுவதையும் கூறமுடிகின்றது.

- *பாடத்தைப் படிப்படியாகக் கற்றுத்தருதல்* - மாண வர்களின் நினைவாற்றல் மற்றும் தன்னம்பிக்கையை அபிவிருத்தி செய்யும் வகையில் பாடங்கள் நடத்தப்படுகின்றன. உதாரணமாக, மூன்றாம் கேள்விகயைக் கேட்குமுன் முதலாம் இரண்டாம் கேள்விகளுக்கான பதில் மற்றும் கை செய்கையை நினைவூட்டுகிறோம். பிறகு மூன்றாம் கேள்விக்குச் செல்கிறோம். திரும்ப திரும்ப நினைவூட்டுவது என்பது பாடம் முழுவதிலும் கடைப்பிடிக்கப்படுகிறது. இவ்வாறு ஒவ்வொரு புது வினாவிற்கும் பாடம் படிப்படியாகக் கற்றுத்தரப்படுகிறது. இவ்விதம் மாணவர்

எளிதில் புரிந்து கொள்ளவும், நன்றாக நினைவிற்கொள்ளவும் வழிவகுக்கப்படுகிறது.

- *பயிற்சியாளரின் முன் மாதிரி* - கற்பிக்கப்படுவதை நாம் வாழ்ந்து காட்டுதல் பயிற்சி அளித்தலின் சிறப்பான அம்சமாகும். ஆண்டவர் நம் வாழ்வில் செய்யும் செயல்களைப்பகிர்ந்து கொள்ளுதல் கற்போரை உற்சாகப்படுத்தும். பயிற்சியளித்தல் ஒரு பணியல்ல, அது ஒரு வாழ்க்கை முறை. இதுபோன்ற மனப்பான்மை கொள்பவர்கள் எண்ணிக்கைக்கேற்ப சபை நிறு-வும் பணி பலனளிக்கும்.

எளிய ஆராதனை

பிரதான கற்பனையின் அடிப்படையில், ஆண்டவரை முழு உள்ளத்தோடும், முழு ஆத்துமாவோடும், முழு மனதோடும், முழு பலத்தோடும் நேசிக்க எளிய ஆராதனை உதவுகிறது. எனவே இயே-சுவைப் பின்பற்றும் பயிற்சியில் இது ஒரு முக்கிய இடம் வகிக்கிறது.

ஆண்டவரை முழு உள்ளத்தோடு நேசிப்பதால் நாம் அவரைத் துதிக்கிறோம். முழு ஆத்துமாவோடு நேசிப்பதால் அவரிடம் ஜெபிக்கிறோம். முழு மனதோடு நேசிப்பதால் வேதத்தை வாசிக்கிறோம். முழு பெலத்தோடு நேசிப்பதால் கற்றவற்றைப் பயிற்சி செய்கிறோம், பகிர்ந்து கொள்கிறோம்.

தென்கிழக்கு ஆசியா முழுவதிலும் சிறு குழுக்களை ஆண்டவர் ஆசீர்வதித்திருக்கிறார். அவர்கள் எளிய ஆராதனையை எங்கு வேண்டுமானாலும் நடத்துவார்கள். வீடுகளில், உணவு விடுதிகளில், பூங்காவில் ஞாயிறு பள்ளியில்' பகோடாவிலும் கூட.

அட்டவணை

- நான்கு பேர் கொண்ட ஒரு குழுவுக்கு சுமார் 20 நிமிடங்கள் எடுக்கும்.

- ஒரு மாநாடு போன்ற அமைப்பில் ஒரு நாளின் துவக்கத்திலோ மதிய உணவிற்குப் பிறகோ வைத்துக் கொள்ளலாம்.

- முதன்முறையாக நடத்தும்போது ஒவ்வொரு பகுதியும் எவ்வாறு செய்யவேண்டும் எனறு விளக்குதல் அவசியம்.

- பின்பு ஒவ்வொருவரும் ஒரு கூட்டாளியைத் தெரிந்துகொள்ள வேண்டும். இரண்டு ஜோடிகளை சேர்த்து நான்கு பேரை ஒரு குழுவாக்கவேண்டும்.

- ஒவ்வொரு குழுவும் தங்களுக்கு ஒரு பெயர் வைத்துக்கொள்ள சில நிமிடங்கள் கொடுக்கவும். அறைக்குள் சுற்றி வந்து குழுக்களின் பெயர்களை அறியவும். பயிற்சி முடியும் வரை அந்தப் பெயராலேயே அக்குழுவை அழைக்கவும்.

- வாராந்திர பயிற்சியமைப்பில் எளிய ஆராதனை முறையை முதலாவதாகக் கற்றுக்கொடுத்து, பின்பு இரண்டு முறை அடுத்த சில வாரங்களில் மறுஆய்வு செய்வோம்

செயல்முறை

- நான்கு பேர் கொண்ட குழுக்களாகப் பிரிக்கவும்.

- எளிய ஆராதனையில் ஒவ்வொருவரும் ஒரு பங்கேற்கவேண்டும்.

- ஒவ்வொரு முறையும் தங்கள் பங்கினை மாற்றிக்கொள்ள வேண்டும். பயிற்சி முடிவில் ஒவ்வொருவரும எல்லா பஙகு-களையும் இரு முறையாவது செய்திருப்பார்கள்.

துதி

- 2 பல்லவிகளையோ, பாடலகளையோ ஒருவர் நடத்தவேண்டும்.

- இசைக்கருவிகள் அவசியமில்லை.

- ஒரு உணவு விடுதியில் அமர்வதுபோல் இருக்கைகளை சுற்றி அமைத்துக்கொள்ளவும்.

- ஒவ்வொரு குழுவும் வெவ்வேறு பாடல்களைப் பாடினால் நல்லது.

- எந்த குழு உறக்கப் பாடுகிறார்கள் என்பது முக்கியமல்ல; இருதயத்திலிருந்து தேவனை ஒன்றுசேர்ந்து துதிக்கவேண்டும் என்று விவரித்துக் கூறவும்.

ஜெபம்

- பாடல்வேளையை நடத்தியவர் தவிர வேறொருவர் ஜெபிக்கவும்.

- அவர் ஒவ்வொருவரிடமும் ஜெப விண்ணப்பம் பெற்றுகுறித்துக் கொள்ள வேண்டும்.
- இந்த விண்ணப்பங்களுக்காக அடுத்தமுறை கூடம் வரை அவர் ஜெபிக்கவும்.
- பின்னர் ஜெபத்தலைவர் குழுவுக்காக ஜெபிப்பார்.

பாடம்

- மற்றொருவர் பாடவேளையை நடத்துவார்.
- வேதத்திலிருந்து குறிப்பாக சுவிசேஷத்திலிருந்து ஒரு கதையை தம் சொந்த வார்த்தைகளில் சொல்லவேண்டும்.
- முதலில் அந்தக் கதையை வேதத்திலிருந்து வாசித்து விட்டு பின் தம் சொந்த நடையில் சொல்லலாம்.
- அதன் பின் குழுவினரை மூன்று கேள்விகள் கேட்கவேண்டும்.

    1. தேவனைப்பற்றி இக்கதை கூறுவது என்ன?
    2. மக்களைப்பற்றி கூறுவது என்ன?
    3. நான் எவ்வாறு இயேசுவைப்பின்பற்ற வேண்டும் என்பது பற்றி இந்தக்கதை மூலம் நான் கற்றுக்கொள்வது என்ன?

- குழு ஒன்றாக சேர்ந்து ஒவ்வொரு கேள்வியையும் விவாதிக்கவேண்டும்.

செயற்பயிற்சி

- நால்வரில் இன்னொருவர் குழு செயற்பயிற்சியை நடத்தவேண்டும்.
- பாடத்தைத் மறுஆய்வு செய்ய வேண்டும். அடுத்தவருக்குக் கற்றுக் கொடுக்கும் அளவுக்கு ஒவ்வொருவரும் புரிந்துகொள்ளச் செய்யவும்.

- பாடத்தலைவர் சொன்ன அதே கதையை பயிற்சித்தலைவரும் சொல்லவேண்டும்.

- பாடத்தலைவர் ஆய்ந்த அதே கேள்விகளை ஒவ்வொன்றாக பயிற்சித் தலைவர் விவாதிக்கவும்.

முடிவு

- இன்னொரு துதிப்பாடல் பாடியோ கர்த்தருடைய ஜெபத்தை சொல்லியோ ஆராதனை வேளையை முடிக்கலாம்.

நினைவிற்கொள்ள வேண்டிய முக்கிய குறிப்புகள்

- நான்குபேர் கொண்ட குழுவே சிறப்பாக செயல்படுகிறது. 5 பேர் கொண்ட குழுவேண்டும் என்றால் ஒரு குழுவை மட்டும் செய்யலாம். மூவர் கொண்ட இரு குழுக்கள், ஆறுபேர் கொண்ட ஒரு குழுவை விட சிறந்தது.

- துதி, ஜெபம், பாடம், செயற்பயிற்சி என்ற நான்கு பகுதிகளை ஒருவர் பின் ஒருவர் என்ற முறையில் செய்வது, இப்பயிற்சியின் பெருக்கத்திற்குக் ஒரு முக்கியக் காரணம். புதிய திறமைகளைக் கற்றுக்கொள்ளுபவர்களுக்கு, பெரியக் குழுக்களைக் காட்டிலும் சிறு குழுக்கள அச்சுருத்தலில்லாமலிருக்கும்.

- பாடத் தெரியாதவர்கள் இருந்தால் ஒரு சங்கீதத்தை உரக்க சேர்ந்து வாசிக்கலாம். எப்படியும் உள்ளத்திலிருந்து துதிப்பதை ஊக்குவிக்கவேண்டும்.

- செயற்பயிற்சித் தலைவர் செயற்பயிற்சியை முழுமையாக நடத்தி முடிக்க போதிய நேரம் அளித்தல் அவசியம். இப்பகுதியின் பொருப்பேற்பு, இநத முழு பயிற்சியையும் பெருக்குவதற்கு முக்கிய காரணமாகும். பயிற்சி நேரமில்லை என்றால் இது வெறும் ஒரு வேத ஆராய்ச்சி போலாகிவிடும். இது தேவை தானா?

- இயேசுவைப் பின்பற்றும் பயிற்சி, எளிய ஆராதனையை போலவே துதி, ஜெபம், பாடம், பயிற்சி என்ற நான்கு படி-களைக் கொண்டுள்ளது என்பதை நீங்கள் கவனித்திருப்பீர்கள். ஒரே வித்தியாசம் பாடப்பகுதி மட்டும் ஆகும். இந்த நான்கு நிலைகளையும் பயிற்சித்தொடரின் இறுதிக்குள் பல முறை பயிற்சி செய்திருப்பார்கள். எனவே அவர்கள் மற்றவர்களுக்கு இதே போல பயிற்சியளித்து எளிய ஆராதனை முறையைக் கற்றுத்தரவேண்டும் என்பதே எங்கள் ஜெபமாய் இருக்கிறது.

பாகம் 2
பயிற்சி

1

வரவேற்பு

பயிற்சியாளரையும் பயிற்சி பெறுவோரையும் "வரவேற்பு" என்ற இப்பகுதி அறிமுகம் செய்து வைக்கிறது. இயேசுவின் எட்டு வகையான படங்களை பொருத்தமான கையசைவுகளுடன் கற்போருக்குக் பயிற்சியாளர் காண்பிப்பார் - இராணுவவீரர், தேடுகிறவர், மேய்ப்பர், விதைக்கிறவர், மகன், பரிசுத்தவான், பணியாள், உக்கிராணக்காரர். பார்த்தல், கேட்டல், செய்தல் ஆகிய அனைத்து வழிகளிலும் இத்திட்டம் கற்பிக்கிறது.

பரிசுத்த ஆவியானவர் நமது போதகர் என்று திருமறை கூறுகிறது. எனவே பரிசுத்த ஆவியானவரையே சார்ந்து கொண்டு இப்பயிற்சிப்பெற பயிற்சி பெறுவோரை உற்சாகப்படுத்த வேண்டும். இப்பயிற்சியின் முடிவில் ஒரு "தேநீர் கடை" திறக்கப்படும் - இயேசுவும் அவரது சீடரும் அனுபவித்ததுபோல ஒரு இறுக்கமில்லாத சூழ்நிலையை உருவாக்குவதற்காக.

துதி

- தேவ பிரசன்னத்துக்காகவும் அவர் ஆசீர்வாதத்திற்காகவும் ஒருவரை ஜெபிக்குமாறு கேட்டுக்கொள்ளுங்கள்.

- இரண்டு பாடல்கள் அல்லது கவிகளை சேர்ந்து பாடுங்கள்

ஆரம்பம்

பயிற்சியாளர்களை அறிமுகம் செய்தல்

பயிற்சியாளர்களும் பயிற்சி பெறுவோரும் வட்ட வடிவத்தில் அமரவேண்டும். மேசைகளை முன்னதாகவே அப்புறப்படுத்தியிருக்க வேண்டும்.

- பயிற்சி பெறுவோர் எவ்வாறு அறிமுகம் செய்யவேண்டும் என்பதை பயிற்சியாளர்கள் காண்பிக்கவேண்டும்.
- பயிற்சியாளரும் அவருக்கு உதவியாக இருக்கும் பணிபயில்பவரும் (யீசநவெைஉந) ஒருவரையொருவர் அறி-முகம் செய்துகொண்டு, தங்கள் பெயர், குடும்ப விவரம், போன்ற விவரங்களுடன், தேவன் அந்தமாதத்தில் அருளிய ஆசீர்வாதங்களையும் பகிர்ந்து கொள்ளலாம்.

பயிற்சி பெறுவோரை அறிமுகம் செய்தல்

- பயிற்சி பெறுவோரைஇரண்டிரண்டு பேராகப் பிரிக்கவும்.

  “நாங்கள் செய்ததுபோலவே நீங்களும் ஒருவரையொருவர் அறிமுகம செய்வீர்கள்.”

- தங்கள் கூட்டாளியின் பெயர், குடும்ப விவரம், இனம்பற்றிய விவரங்கள், கடந்த மாதத்தில் ஆண்டவர் அருளிய ஆசீர்வாதங்கள் இவற்றை தங்கள் கூட்டாளியிடம் கேட்டு அறிந்துகொள்ளவேண்டும்; மாணவர் குறிப்பேட்டில் குறித்துக் கொள்ளலாம்.
- 5 நிமிடங்கள் கழித்து பயிற்சி பெறுவோர் மற்ற 5 ஜோடிகளிடம் இவ்விதமே ஒருவரையொருவர் அறிமுகம் செய்யுமாறு கூறுங்கள்.

இயேசுவை அறிமுகம் செய்தல்

நாங்கள் எங்களை அறிமுகம் செய்தோம். நீங்கள் ஒருவருக்கொருவர் அறிமுகம் செய்து கொண்டீர்கள். இப்போது இயேசுவை உங்களுக்கு அறிமுகம் செய்யப்போகிறோம். இயேசுவைப்பற்றி அநேக

வரவேற்பு 47

சித்திரங்கள் வேதத்தில் இருக்கின்றன. அவற்றில் முக்கியமான எட்டு படங்களைப் பார்க்கப் போகிறோம்.

இயேசுவைப்பற்றிய எட்டு படங்கள்

- வெண்பலகையில் ஒரு வட்டம் வரைந்து, இயேசுவின் எட்டு படங்களையும் எழுதவும். பயிற்சி பெறுவோர் அவற்றை மனப்பாடமாகும்வரை சொல்லவேண்டும்.

  "இயேசு ஒரு இராணுவவீரர், தேடுகிறவர், மேய்ப்பர், விதைக்கிறவர், மகன், பரிசுத்தவான், பணியாள், உக்கிராணக்காரர்."

- இராணுவவீரர்

  வாளை உயர்திக் காண்பிப்பதுபோல் செய்யவும்

- தேடுவோர்

  கரங்களை கண்ணின்மேல் குவித்து இங்குமங்கும் தேடுவதைப்போல பார்க்கவும்

- மேய்ப்பர்

  மக்களைக் உங்களோடு கூட்டிச்சேர்ப்பதுபோல் செய்யவும்

- விதைக்கிறவர்

  கையில் விதைகளைத் தூவுதல்

- குமாரன்

  சாப்பிடுவது போன்ற பாவனை

- பரிசுத்தர்

  கைகளைக் குவித்து ஜெபிக்கும் பாணி

“இயேசு மிகவும் பரிசுத்தர். நாம் பரிசுத்தராயிருக்க அழைக்கப்பட்டவர்கள.”

- பணியாள்

  சுத்தியலை அடித்தல் போல செய்யவும்

- உக்கிராணக்காரன்

  சட்டைப் பையிலிருந்து பணம் எடுப்பதுபோல செய்யவும்

“ஒரு படம் ஆயிரம் சொறகளுக்கு ஈடாகும். இந்த வேதாகமப் படங்கள் இயேசுவுடன் நடப்பதைப்பற்றி ஆழ்ந்த அறிவைத்தரும். ஒரு படத்திலிருந்து இயேசு என்ன செய்கிறார் என அறிந்து கொள்ளலாம்.

“ஒரு தந்தை செய்தித்தாள் வாசிக்கும்போது அவரது சிறிய மகன் தன்னுடன் விளையாட வருமாறு அவசரத் தொந்தரவு செய்தான். துந்தையார் செய்தித்தாளில் ஒரு பக்கத்தை புதிர் போல பல துண்டுகளாக வெட்டி அவற்றை சரியாக இணைத்து ஒட்டு, பிறகு விளையாடலாம் என்றார்.

ஊாயிவநச வுவைடந (வழ டிந யனனநன டயளவ)tuNtw;G

“சிறுவனுக்கு அந்த வேலை அதிக நேரம் பிடிக்கும், அதற்குள் செய்தித்தாள் முழுவதையும் வாசித்துவிடலாம் என்று தந்தை நினைத்தார். ஆனால் 10 நிமிடத்தில் பையன் புதிரை சரியாக ஒட்டிவிட்டான். எப்படி சீக்கிரமாக செய்தான் என்று கேட்டதற்கு, “அந்த துண்டுகளுக்குப் பின்புறம் ஒருபடம் இருந்தது. அந்தப் படத்தைப் பார்த்து ஒட்டிவிட்டு திருப்பினால் புதிர் தீர்ந்துவிட்டது” என்றான்.

“இந்த எட்டு படங்களும் அவ்வாறே இயேசுவைப்பற்றிய ஒரு தெளி-வான காட்சியைத் தருகின்றன.

ஒருவரைப் பின்பற்றுவதென்றால் அவர் செய்வதைப்போல செய்யவேண்டும். தொழில் கற்றுக்கொள்ளும் ஒருவர் தேர்ந்த தொழிளாளியை பின்பற்றுவான்; மாணவர்கள் தம் ஆசிரியரையும் பின்பற்றுகிறார்கள். நாம எல்லாரும் யாரையாவது பின்பற்றுகிறோம். யாரைப்போல் நாம் பின்பற்றுகிறோமோ அவரைப்போலவே மாறுகிே-றாம். நமது பயிற்சி திட்டத்தில் நாம் கேள்விகள் கேட்டு வேதத்தில் பதிலைக்கண்டு நடத்து, இயேசு எப்படி நடந்தாரோ அதுபோல நாமும் அவரைப்பின் பற்ற செயற்பயிற்சி செய்வோம்.

சிறப்பாகக் கற்றுக்கொள்ளும் மூன்று முறைகள் யாவை?

“மூன்று விதங்களில் நாம் கற்கிறோம். ஆனால் ஒரு முறைய-ில் சிறப்பாகக் கற்கிறோம். இப்பயிற்சியில் நாங்கள் மூன்று வழி-களையும் பயன்படுத்துகிறோம். நீங்கள் உங்களது சிறப்பான முறை-றயைத் தெரிந்தெடுத்து அவ்வழியில் பாடத்தைக் கற்கலாம்.

“சிலர் கவனித்தல் மூலம் சிறப்பாகக் கற்கிறார்கள். எனவே நாங்கள் எப்பொழுதும் ஒரு வேதபகுதியை உரக்க வாசித்து பின் கேள்விகள் கேட்போம்.”

கவனித்தல்

கைகளை உங்கள் காதின்பின் கேட்பதுபோல குவித்துக் காண்பியுங்கள்.

“சிலர் காண்பதன் வழியாக சிறப்பாகக் கற்கிறார்கள். இவர்களுக்காக படங்களையும், நாடகங்களையும் பயன்படுத்தி முக்கியமான விஷயங்களைக் கற்றுத்தருகிறோம்.”

பார்த்தல்
ே கண்களைச் சுட்டிக் காட்டவும்

“சிலர் செய்வதன் மூலம் சிறப்பாகக் கற்கிறார்கள். கைகளைப் பயன்படுத்தும் செயல்திட்டங்கள் எங்களிடம் உண்டு. நாங்கள் சொல்ல வரும் விஷயங்களை நீங்கள் இதன் மூலம் கற்றுக்தெரியலாம்.”

செய்தல்
கைகளால் உருண்டோடும் செய்கை காட்டவும்

“கவனித்தல், பார்த்தல், செய்தல், இவை மூன்று முக்கிய ஆசிரியர்கள் - பரிசுத்த ஆவியானவர் நமது ஆசிரியர் என்று வேதம் கூறுகிறது. இந்த தொடர் முழுவதிலும் நீங்கள் அவரையே முழுவதுமாக சார்ந்துகொள்ள நாங்கள் அறிவுறுத்துகிறோம். மிகச் சிறந்த ஆசிரியர் அவரே.”

முடிவு

டீக்கடை திறந்திருக்கிறது!

“உங்களை அதிக சந்தோஷப்படுத்துமிடம் எது? வகுப்பறையா, நண்பர்களுடன் செல்லும் டீக்கடையா?

“வகுப்பறையில் அநேக நல்ல காரிங்களைக் கற்றுக்கொள்ளுகிறோம். ஆசிரியர்களுக்கு நாம் மரியாதையும் நன்றியும் செலுத்தவேண்டும். இருப்பினும் நமது நண்பர்கள், குடும்பம், நமது கிராமம் ஆகியன பற்றி அதிகம் தெரிந்துகொள்வது டீக்கடையில்தான். இயேசு இவ்வுலகில் வாழ்ந்தபோதும் இது உண்மையாகவே இருந்தது.

லூக்கா 7:31-35 பின்னும் கர்த்தர் சொன்னது இந்த சந்ததியை யாருக்கு ஒப்பிடுவேன். இவர்கள் யாருக்கு ஒப்பாயிருக்கிறார்கள்?

சந்தைவெளிகளில் உட்கார்ந்து ஒருவரையொருவர் பார்த்து உங்களுக்காக குழல் ஊதினோம். நீங்கள் கூத்தாடவில்லை உங்களுக்காகப் புலம்பினோம், நீங்கள் அழவில்லை என்று குறைசொல்லுகிற பிள்ளைகளுக்கு ஒப்பாயிருக்கிறார்கள்.

எப்படியெனில் யோவான்ஸ்நானன் அப்பம்புசியாதவனும் திராட்சரசம் குடியாதவனுமாய் வந்தான்! ஆதற்கு நீங்கள் அவர் பிசாசு பிடித்திருக்கிறவர்கள் என்கிறீர்கள்.

மனுஷகுமாரன் போஜனபானம் பண்ணுகிறவராய் வந்தார் அதற்கு நீங்கள் இதோ, போஜனப்பிரியனும் மதுபானப்பிரியனுமான மனுஷன் ஆயக்காரருக்கம் மக்களுக்கும் சிநேகிதன் என்கிறீர்கள்.

“டீக்கடையில் நாம் ஓய்வாக இருக்கலாம். இயேசு மீண்டும் இவ்வுலகில் வந்து வசிப்பாரென்றால் அவ்வாறே டீக்கடைகளில் மேலும் நேரம் செலவிடுவார். அதனால் தான் சிறிது நேரத்திற்கு வகுப்பறையை டீக்கடையாக மாற்றுகிறோம்.”

- இச்சமயத்தில், பயிற்சிபெறுபவர்களுக்கு டீ, காப்பி மற்றும் சிற்றுண்டி வழங்கலாம்.

பயிற்சி சூழ்நிலை சட்டத்திட்டங்களைத் தளர்த்தியும் சம்பிரதாயங்கள் அற்றதாக மாற்றவே இந்த டீக்கடை ஏற்பாடு. இவ்வித சூழல், இயேசு தமது சீடர்களைப் பயிற்றுவித்ததற்கு சற்று ஒத்துள்ளது.

2

பெருக்கு

இப்பகுதி இயேசுவை ஒரு உக்கிராணக்காரராக அறிமுகப்படுத்துகிறது. உக்கிராணக்காரர் தங்களது நேரத்திற்கும் பொருளுக்கும் நல்ல பலன் எதிர்பார்ப்பவர்கள். உண்மையாக நேர்மையாக வாழவிரும்புவார்கள். தேவன் மனிதனுக்குக் கொடுத்த முதல் பிரமாணம், இயேசுவின் இறுதிக்கட்டளை, 222 விதி, கலிலேயாக் கடலுக்கும் சாக்கடலுக்கும் உள்ள வேறுபாடு இவற்றை ஆராய்வதன்மூலம் பலன் கொடுத்தல்பற்றிய தெளிவான ஒரு தரிசனத்தைப் பெறுகிறார்கள்.

பயிற்சி கொடுப்பதற்கும் வெறுமனே போதிப்பதற்குள்ள வித்தியாசத்தைக் காண்பிக்க இறுதியில் ஒரு குறு நாடகம் உள்ளது. துதி, ஜெபம், வேதவாசிப்பு, பிறருக்கு ஊழியம் செய்தல் ஆகியவற்றில் மக்களைப்பயிற்றுவிக்க பயிற்சிபெறுபவர்கள் உற்சாகப்படுத்தப்படுகின்றனர். இவ்வாறு தங்களது காலம், தாலந்து, உண்மை ஆகியவற்றை முதலீடு செய்வதால், இயேசுவைப் பரலோகத்தில் சந்திக்கும்போது அவருக்கு ஓர் அழகிய பரிசினை அளிக்க இயலும்.

துதி

- தேவபிரசன்னத்துக்கும், அவர் ஆசீர்வாதத்துக்கும் ஒருவரை ஜெபிக்க அழையுங்கள்.

- இரண்டு பாடல்கள் அல்லது கவிகளைச் சேர்ந்து பாடுங்கள்.

ஜெபம்

- பயிற்சிபெறுபவர்களை இரண்டிரண்டு பேராக பிரிக்கவும். ஒவ்வொருவரும், இதுவரை தாங்கள் கூட்டு சேராத ஒருவருடன் சேரவேண்டும்.

- ஒவ்வொருவரும் தங்கள் கூட்டாளியோடு பின்வரும் கேள்விகளுக்கு பதிலை பகிரவேண்டும்:

  இன்று உங்களுக்காக நான் எவ்வாறு ஜெபிக்கட்டும்?

- கூட்டாளிகள் இணைந்து ஜெபிப்பார்கள்.

பாடம்

மறுஆய்வு

ஒவ்வொரு மறு ஆய்வு நேரமும் ஒன்று போலதான். பங்கேற்பவர்களை எழுந்து நிற்குமாறு கேட்டுக்கொண்டு முன்னர் கற்றுக்கொண்ட பாடங்களை திரும்பிக்கூற சொல்லுங்கள். கை அசைவுகளையும் செய்கிறார்களா என்று உறுதிபடுத்துங்கள்.

முந்தின பாடங்களை மறுஆய்வு செய்யவும்.

இயேசுவைப் பின்பற்ற உதவும் எட்டு வகையான படங்கள் யாவை?

இராணுவவீரர், தேடுகிறவர், மேய்ப்பர், விதைக்கிறவர், மகன், பரிசுத்தவான், பணியாள், உக்கிராணக்காரர்.

நம்முடைய ஆவிக்குரிய வாழ்க்கை ஒரு பலூனைப் போன்றது

- பலூனில் காற்றை நிரப்பும் பொழுது, □ஆண்டவரிடமிருந்து ஆசீர்வாதங்களைப் பெறுகிறோம□ என்று கூறுங்கள். காற்றை வெளியேற்றும்பொழுது தேவன் நமக்குக் கொடுக்கிறவர், எனவே நாம் பிறருக்கு கொடுக்கிறோம். நாம் ஒரு ஆசீர்வாதமாயிருக்க ஆசீர்வதிக்கப்படுகிறோம் என்று சொல்லுங்கள்.

இவ்வாறு பலமுறை செய்யவும் "உள்ளே, வெளியே" தத்துவத்தை செய்து காண்பிக்கவும்.

"நம்மில் அநேகர் நாம் பெற்றவைகளை நாமே வைத்துக்கொள்கிறோம். ஒருவேளை, நாம் மற்றவர்களுக்குக் கொடுத்துவிட்டால் தேவன் திரும்ப நமக்குக் கொடுக்கமாட்டார், எனவே கொடுப்பது மிகக் கடினமானதென்று நினைக்கிறோம்."

- "சில சமயங்களில், நாம் பெற்ற ஆசீர்வாதங்களைப்பற்றி நமக்கு ஒருவகையான குற்ற உணர்வு ஏற்படுகிறது. ஏதோ சிறிது பிறருக்கும் கொடுக்கலாமே என்று கொடுக்கிறோம்."

- பலூன் வெடிக்கும்வரை ஊதவும்.

"நாம் ஒரு பாடம் கற்றுக் கொண்டால் அதை மற்றவர்களுடன் பகிர்ந்து கொள்ளவேண்டும். நமக்கு ஓர் ஆசீர்வாதம் கிடைத்தால் பிறரை ஆசீர்வாதிக்கவேண்டும். இப்படி செய்யவில்லை என்றால் அது நமது ஆவிக்கரிய வாழ்வில் பெரும் சிக்கல்களை ஏற்படுத்தும் நாளடைவில் ஆவிக்குரிய தோல்விக்கு வழிநடத்தும்."

இயேசு எப்படிப்பட்டவர்?

மத்தேயு 6:20,21 பரலோகத்தில் உங்களுக்குப் பொக்கிஷங்களைச் சேர்த்து வையுங்கள். அங்கே பூச்சியானது துருவாவது கெடுக்கிறதும் இல்லை அங்கே திருடர்களைவிட்டுத் திருடுகிறதுமில்லை. உங்கள் பொக்கிஷம் எங்கே இருக்கிறதோ அங்கே உங்கள் இருதயமும் இருக்கும்.

"இயேசு ஓர் உக்கிராணக்காரர். பணம், பொருட்கள் முன்னுரிமை ஆகியன பற்றி அதிகம் பேசியிருக்கிறார், நம்மில் முதலீடு செய்துள்ளார். ஓர் உக்கிராணக்காரராக நல்ல பலனை நம்மிடம் எதிர்பார்க்கிறார்."

உக்கிராணக்காரர்
☞ சட்டைப்பையிலிருந்தோ, பணப்பையிலிருந்து பணம் எடுப்பதுபோல் சைகை செய்யவும்.

ஓர் உக்கிராணக்காரன் செய்கிற மூன்று காரியங்கள் யாவை?

மத்தேயு 25:4-28 அன்றியும், பரலோக ராஜ்யம் புறத்தேசத்துக்குப் பிரயாணமாய்ப் போகிற ஒரு மனுஷன், தன் ஊழியக்காரரை அழைத்து, தன் ஆஸ்திகளை அவர்கள் கையில் ஒப்புக்கொடுத்ததுபோல் இருக்கிறது.

அவனவனுடைய திறமைக்குத்தக்கதாக, ஒருவனிடத்தில் ஐந்து தாலந்தும், ஒருவனிடத்தில் இரண்டு தாலந்தும், ஒருவனிடத்தில் ஒரு தாலந்துமாகக் கொடுத்து உடனே பிரயாணப்பட்டுப் போனான்.

ஐந்து தாலந்தை வாங்கினவன் போய் அவைகளைக் கொண்டு வியாபாரம்பண்ணி வேறு ஐந்து தாலந்தைச் சம்பாதித்தான்.

அப்படியே இரண்டு தாலந்தை வாங்கினவனும் வேறு இரண்டு தாலந்தைச் சம்பாதித்தான்.

ஒரு தாலந்தை வாங்கினவவோ, போய் நிலத்தைத் தோண்டி, தன் எஜமானுடைய பணத்தைப் புதைத்து வைத்தான்.

வெகுகாலமான பின்பு அந்த ஊழயக்காரருடைய எஜமான் திரும்பிவந்து, அவர்களிடத்தில் கணக்குக் கேட்டான்.

அப்பொழுது ஐந்து தாலந்தை வாங்கினவன் வந்து, வேறு நைந்து தாலந்தைக் கொண்டு வந்து, ஆண்டவனே. ஐந்து தாலந்தை என்னிடத்தில் ஒப்புவித்தீரே. அவை-களைக் கொண்டு இதோ, வேறு ஐந்து தாலந்துகளைச் சம்பாதித்தேன் என்றான்.

அவனுடைய எஜமான் அவனை நோக்கி : நல்லது, உத்தமமும் உண்மையுமுள்ள ஊழியக்காரனே, கொஞ்சத்திலே உண்மையாயிருந்தாய், அநேகத்தின் மேல் உன்னை அதிகாரியாக வைப்பேன், உன் எஜமானனுடைய

சந்தோஷத்திற்குள் பிரவேசி என்றான்.

இரண்டு தாலந்தை வாங்கினவனும் வந்து ஆண்டவனே. இரண்டு தாலந்தை என்னிடத்தில் ஒப்புவித்தீரே அவை-களைக் கொண்டு இதோ வேறு இரண்டு தாலந்தைச் சம்பாதித்தேன் என்றான்.

அவனுடைய எஜமான் அவனை நோக்கி : நல்லது உத்தமமும் உண்மையுமுள்ள ஊழியக்காரனே, கொஞ்சத்தில் உண்மையாயிருந்தாய் அநேகத்தின் மேல் உன்னை அதிகாரியாக வைப்பேன் உன் எஜமானுடைய சந்தோஷத்திற்குள் பிரவேசி என்றான்.

ஒரு தாலந்தை வாங்கினவன் வந்து, ஆண்டவனே, நீர் விதைக்காத இடத்தில் அறுக்கிறவரும், தெளிக்காத இடத்தில் சேர்க்கிறவருமான கடினமுள்ள மனுஷன் என்று அறிவேன்.

ஆகையால் நான் பயந்து, உமது தாலந்தை நிலத்தில் புதைத்து வைத்தேன். இதோ, உம்முடையதை வாங்கிக் கொள்ளும் என்றேன்.

அவனுடைய எஜமான் பிரதியுத்திரமாக : பொல்லாதவனும் சோம்பேறியுமான ஊழியக்காரனே, நான் விதைக்காத இடத்தில் அறுக்கிறவர் என்றும். தெளிக்காத இடத்தில் சேர்க்கிறவருமென்றும் அறிந்திருந்தாயே.

அப்படியானால், நீ என் பணத்தைக் காசுக்காரர் வசத்தில் போட்டு வைக்கக் வேண்டியதாயிருந்தது, அப்பொழுது நான் வந்து என் பணத்தை வட்டியோடே வாங்கிக் கொள்வேனே என்று சொல்வார்.

ஆவனிடத்திலிருக்கிற தாலந்தை எடுத்து, பத்து தாலந்துள்ளவனுக்குக் கொடுங்கள்.

1. உக்கிரணக்காரர் தங்கள் பொருளை விவேகமாக முதலீடு செய்வார்கள்.

   “இயேசு, தங்கள் எஜமானுடைய பணத்தை முதலீடு செய்த மூன்று வேலைகாரரைப் பற்றிக் கூறுகிறார். இரண்டு பேர் விவேகத்துடன் முதலீடு செய்தார்கள்.”

2. உக்கிராணக்காரர் தங்கள் காலத்தை விவேகமாக முதலீடு செய்கிறார்கள்.

   “நமது கால அட்டவணையில் அவரது ராஜ்யத்திற்கு முதலிடம் கொடுக்க விரும்புகிறார்.”

3. உக்கிராணக்காரர் வாழ்வில் நேர்மை உண்டு.

   “நமது வாழ்வில் சிறிய காரியங்களில் நேர்மையும் உத்தமமும் இருப்போமானால் இயேசு மேலும் பல காரியங்களைக் கொடுப்பர். இயேசு ஓர் உக்கிராணக்காரர், அவர் நமக்குள் வசிக்கிறார். அவரைப் பின்பற்றினால் நாமும் உக்கிராணக்காராவோம். நமது பொக்கிஷங்களையும். காலத்தையும் விவேகமாகப் பயன்படுத்தி நேர்மையாக வாழ்வோம்.”

கடவுள் மனிதனுக்குக் கொடுத்த முதல் கட்டளை என்ன?

> *□ஆதி.1:28□ பின்பு தேவன் அவர்களை நோக்கி: நீங்கள் உலகில் பெருகி, பூமியை நிரப்பி, அதைக் கீழ்ப்படுத்தி, சமுத்திரத்தின் மச்சங்களையும் ஆகாயத்துப் பறவைகளையும், பூமியின்மேல் நடமாடுகிற சகல ஜீவஜந்துக்களையும் ஆண்டு கொள்ளுங்கள் என்று சொல்லி தேவன் அவர்களை ஆசீர்வதித்தார்.*

“தேவன் மக்களிடம் பெருகப்பண்ணி, பிள்ளைகள் பெறுமாரு கூறினா-ார்.”

இயேசு மனிதனுக்குக் கொடுத்த இறுதிக்கட்டளை யாது?

□மாற்கு 16:15□பின்பு அவர் அவர்களை நோக்கி : நீங்கள் உலகமெங்கும் போய் சர்வ சிருஷ்ழக்கும் சுவிசேஷத்தைப் பிரசங்கியுங்கள்.

“இயேசு தமது சீஷர்களிடம் பலுகிப் பெருகி ஆவிக்குரிய பிள்ளைகளைப் பெறும்படி கூறினார்.”

நான் பயனளிப்பவனாகவும் பெருக்குபவனாகவும் எங்ஙனம் இருப்பது?

□2 தீமோத்தேயு 2:2□அநேக சாட்சிகளுக்கு முன்பாக நீ என்னிடத்தில் கேட்டவைகளை மற்றவர்களுக்குப் போதிக்கத்தக்க உண்மையஜள்ள மனுஷர்களிடத்தில் ஒப்புவி.

“நாம் பயிற்சி பெற்றது போல பிறரைப் பயிற்றுவித்தால், தேவன் நமது வாழ்வில் பெருக்கத்தை ஏற்படுத்துவார். இதை “222 கொள்கை” என்று அழைக்கிறோம். இயேசு பவுலுக்குத் தம்மை வெளிப்படுத்தினார். பவுல் தீமோத்தேயுவைப் பயிற்றுவித்தார். தீமோத்தேயு உண்மையுள்ள சில மனுஷரைப் பயிற்றுவித்தார். அவர்களும் பிறரைப் பயிற்றுவித்தவர். சரித்திரம் முழுவதும் இச்சம்பவம் காணப்படுகிறது” அப்படியே ஒரு நாள் உங்களிடத்தில ஒருவர் இயேசுவைப்பற்றிப் பகிர்ந்து கொண்டார்கள்.”

கலிலேயாக்கடல்/சாக்கடல

- அடுத்த பக்கத்தில் படத்தைப் படிப்படியாக வரைந்து ஒவ்வொரு பகுதியையும் கவனமாக விளக்கவும்.

  “இஸ்ரவேல் தேசத்தில் இரண்டு கடல்கள் உள்ளன. அவற்றிற்கு பெயர்கள் உங்களுக்குத் தெரியுமா?”

  (கலிலேயா கடல், சாக்கடல்)

- இரண்டு வட்டங்கள் வரையவும்; சிறிய வட்டம் மேலே இருக்கவேண்டும். இரண்டையும் ஒரு கோட்டால் இணைக்கவும். சிறிய வட்டத்தின் மேல் பகுதியிலும் ஒரு கோடு வரை இரண்டு கடல்களுக்குப் பெயரிடு.

 சாக்கடலையும் கலிலேயாக் கடலையும் இணைக்கும் ஆறு எது?

 (யோர்தான் நதி)

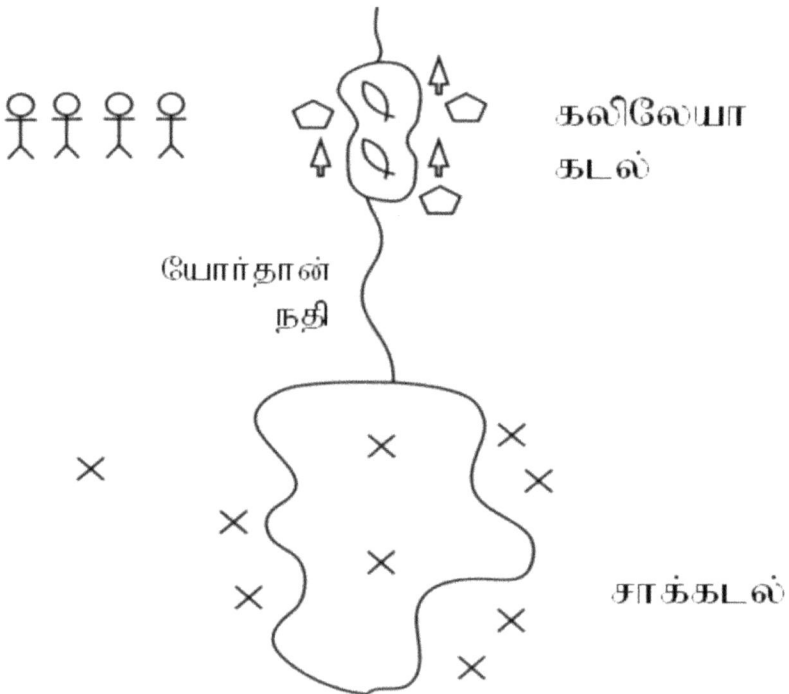

- யோர்தான் நதி என்று படத்தில் குறிப்பிடவும்

 "இரண்டு கடல்களும் மிக வேறுபட்டவை. கலிலேயாக் கடலில் அதிக மீன்கள் உண்டு."

- கலிலேயாக் கடலில் மீன்கள் வரையவும்

 "சாக்கடலில் மீன்கள் இல்லை."

- சாக்கடலில் ஓ என்று குறிப்பிடவும்

“கலிலேயாக் கடலின் அருகில் நிறைய மரங்கள் உள்ளன.”

- கலிலேயாக் கடலின் சுற்றி மரங்கள் வரை

“சாக்கடலின் அருகில் மரங்கள் எதுவுமில்லை.”

- சாக்கடலில் ஓ என்று எழுது

“கலிலேயாக் கடலைச் சுற்றி 4 பிரபலமான மனிதர்கள் வாழ்ந்தனர். ஆவர்கள் யாரென்று உனக்குத் தெரியுமா?”

(பேதுரு, அந்திரேயா, யாக்கோபு, யோவான்)

- கலிலேயாக் கடலருகில் குச்சி உருவங்கள் வரையவும்.

“சாக்கடல் அருகில் பிரசித்திப்பெற்றவர்கள் யாரும் வசிக்கவில்லை.”

- சாக்கடல் அருகில் 4 ‘**x**’ வரையவும்.

“சாக்கடல் உயிரற்றும் கலிலெயாக்கடல் ஜீவனுடனும் இருக்கக் காரணம் என்னவென்று நினைக்கிறீர்கள்?

“கலிலேயாக் கடல் நீர் உள்ளேயும் வெளியேயும் பாய்கிறது. சாக்கடலுக்கு உள்ளே மட்டுமட் நீர் பாய்கிறது.

“நமது ஆவிக்குரிய வாழ்வின் படம் இதுதான். நமக்கு ஆசீர்வாதம் கிடைத்தால் நாம் பிறருக்கு ஆசீர்வாதமாயிருக்க வேண்டும். நமக்கு ஒரு பாடம் கிடைத்தால், நாம் பிறருக்குக் கற்றுக்கொடுக்க வேண்டும். அப்போது கலிலேயாக் கடல் மாதிரி இருப்போம். அதை நாமே வைத்துக் கொண்டால் நாம் சாக்கடல் போன்றாவோம்.

“சாக்கடல் போலுருப்பதோ, கலிலேயாக் கடல் போலிருப்பதோ எது எளிது? அநேகர் சாக்கடலை ஒத்தவர்கள்; கொடுப்பதைவிட பெற்றுக்கொள்ளுவதையே விரும்புவர். இயேசுவைப் பின்பற்றுவோர் கலிலேயாக் கடல் போலிருப்பர். தமது

பிதாவிடம் பெற்றதை இயேச நமக்குக் கொடுத்தார். பிறருக்குப் கற்றுக்கொடுக்க நாம் கற்றுக்கொண்டால் நாம் இயேசுவ-ின் மாதிரியை பின்பற்றுகிறவர்கள். எந்தக் கடல் போலிருக்க உங்களுக்கு விருப்பம்? நான் கலிலேயாக் கடல் போலிருப்பேன்.”

மனப்பாட வசனம்

யோவான் 15:8நீங்கள் மிகுந்த கனிகளைக் கொடுப்பதினால் என் பிதா மகிமைப்படுவார் எனக்கு சீஷ ராயிருப்பீர்கள்.

- எல்லாரும் எழுந்து, மனப்பாட வசனத்தை பத்து முறை சேர்ந்து சொல்ல வேண்டும். முதல் ஆறு முறை வேதத்தையோ புத்தகத்தையோ பார்த்தும், பின் நான்கு முறை பார்க்காமலும், கூறவேண்டும். ஒவ்வொரு முறையும் வசனக்குறிப்பைக்கூறி பின் வசனத்தைக் கூறவேண்டும். பத்துமுறைக்கூறி முடித்தபின் பங்கேற்போர் உட்காரலாம்.

- இதன் மூலம் யாரெல்லாம் பயிற்சியில் பாடத்தை முடித்தார்களென்று பயிற்சியாளர் அறியமுடியும்.

செயற்பயிற்சி

- பயிற்சியாளர்கள் தங்கள் ஜெபக்கூட்டங்களைப் பார்த்து உட்காரவேண்டும். ஒருவர்பினொருவர் பாடத்தை தன் கூட்டாளிக்கு நடத்த வேண்டும்.

  “இருவரில் வயது குறைந்தவர் தலைவராவார்.”

- அவர் முதலில் பயிற்சியளிக்கவேண்டும் என்பதுதான் நோக்கம்.

- பக்கம் 32-ல் உள்ள பயிற்சியளிப்போரைப் பயிற்றுவித்தல் செயல்முறையைக் பின்பற்றவும்.

- பாடப் பகுதியிலுள்ள அனைத்தையும் நீங்கள் கற்றுக் கொடுத்தவாரே அவரும் செய்யவேண்டுமென வலியுறுத்தவும்.

"கேள்விகள் கேட்டல், வேதப்பகுதியை சேர்ந்து வாசித்தல், கேள்விகளுக்கு விடையளித்தல் எல்லாம் நீங்கள் கற்றுக் கொடுத்த முறைப்படி செய்யவேண்டும்.

"சாக்கடல்∵கலிலேயாக்கடல் உதாரணத்தை வரைந்து, மனனவசனத்தைக் கற்பிக்கவும்.

"சாக்கடல்∵கலிலேயாக்கடல் வரைவதற்கு ஒவ்வொரு முறையஜம் புதிய தாளைப் பயன்படுத்தவும்."

- பிறகு கூட்டாளிகளை மாற்றிக் கொண்டு இதேபோல் கற்பிக்கவும். நாங்கள் கற்றுக் கொடுக்கக் கூடிய ஒரு நபரின் பெயரை பாடத்தின் முதல் பக்கத்தில் குறித்துக் கொள்ளவேண்டும்.

முடிவு

இயேசுவுக்கு ஒரு பரிசு

- ஒரு குறுநாடகம் நடிப்பதற்கு ஒருவரை உதவச் சொல்லவும்.
- அறையில் ஒரு பக்கத்தில் அவரை நிறுத்தி, நீங்கள் மறுபக்கத்தில் நின்று கொள்ளவும்.

"நாங்கள் இருவரும் ஒரே மாதிரியான ஆவிக்குரிய நிலையுடையவர்கள் என்று கற்பனை செய்து கொள்ளுங்கள். இருவரும்:"

துதி
கைகளை உயர்த்தி துதிக்கவும்.

ஜெபம்
ஜெபம் செய்வதுபோல் கைகளைக் கூப்பவும்.

வேத வாசிப்பு
உள்ளங்கைகளை உயர்த்தி தேவம் வாசிக்கும் செய்கையைக் காட்டவும்.

👋பிறருக்கு இயேசுவை பற்றிக் கூறுதல்.
விதை தெளிப்பது போன்ற செய்கை செய்யவும்.

“ஆவிக்குரிய நிலை இருவருக்கும் ஒன்றுதான். அவர் (அல்லது அவள்) இயேசுவுக்காக ஆதாயம் செய்கிறவர்களை பிறரை பயிற்றுவிக்க பயிற்சி அளிக்கிறார். நானோ, இயேசுவ-டம் வழிநடத்தப் படுகிறவர்களுக்குக் கற்பிக்கிறேன்; ஆனால் அவர்கள் பிறறுக்குப் பயிற்சியளிக்க கற்றுக்கொடுப்பதில்லை.

“இப்பொழுது பயிற்சி செய்யும் வித்தியாசத்தை உங்களுக்கு காண்பிக்கிறேன்.”

- நாங்கள் இருவரும் தலா ஒரு நபரை கிறிஸ்துவிடம் கொண்டு வருகிறோம்.

- இருவரும் பார்வையாளர்களுக்குள் சென்று ஆளுக்கொரு நபரைக் கொண்டுவந்து அருகில் நிறுத்திக்கொள்ளவும்.

“ஓராண்டுக்குப் பின்னர் ஆளுக்கொரு நபர்தான் உண்டு.”

- மற்றவர் மட்டும் தான் ஆதாயம் செய்த நபரைப் பயிற்றுவிக்கிறார். இருவரும் பயிற்சிக்களை சைகையைக் காண்பிக்கவேண்டும்; ஆனால் பயிற்சியளிப்பவர் தான் மட்டும் செய்வார், மற்றவர் இருவரும் சேர்ந்து செய்வார்கள்.

“இரண்டாம் ஆண்டு என்ன நடக்கிறதென்று பார்ப்போம். இருவரும் ஆளுக்கொரு நபரை ஆண்டவருக்காக ஆதாயம் செய்கிறோம். அவர் அந்த நபர்களைப் பயிற்றுவிக்கிறார். அவர்கள் ஆளுக்கொரு நபரை ஆதாயம் செய்கின்றனர். ஆனால் என்னுடைய நபர் ஒருவர் மட்டும்தான்.”

- நீங்களும், மற்றவரும் பார்வையாளர்களிலிருந்து உங்களது அடுத்த சீடரை எடுத்துக் கொள்ளுங்கள். பயிற்சியாளரின் சீடர் ஒரு சீடரைப் பெறுகிறார்

“இப்போதும் வித்தியாசம் குறைவுதான் என்னுடையவர்கள் இருவர் அவருடையவர்கள் மூவர்.”

- மற்றவரும் அவரது மூன்று நபர்களும் பயிற்றுவிக்கின்றனர் ஆனால் உங்கள் குழுவில் நீங்கள் ஒருவர்தான் பயிற்றுவிக்கிறீர்கள்.

- இம்மாதிரி பலமுறை செய்யவும். நீங்கள் ஒவ்வொருமுறை செய்ய காட்டும்போதும் உங்கள் சீடர்களை துதிக்க, ஜெபிக்க, கற்க, பகிர்ந்து கொள்ள ஊக்கபடுத்துகிறீர்கள். ஆனால் பயிற்சி கொடுக்க பயிற்றுவிப்பதில்லை.

- சுமார் 5 ஆண்டுகள் கழித்து, உங்கள் குழுவின் எண்ணிக்கையும் மற்றவர் குழுவின் எண்ணிக்கையும் பெரிதும் மாறுபடுகிறது. ஆனால் நீங்கள் உண்மையில் உங்கள் குழுவினரிடம் அக்கறை செலுத்துகிறீர்கள். அவர்கள் நல்ல சாட்சிகளாய் வலுவடைய அநேக காரியங்களை கற்பிக்கிறீர்கள். ஆனால் பயிற்சியளிக்க பயிற்றுவிப்பதில்லை.

  “தேவனுடைய ராஜ்யத்திற்குச் செல்கையில் எந்த விதமான பரிசை இயேசுவுக்கு அளிக்க விரும்புகிறீர்கள்? என்னைப்போல் ஒருசில நபராக? அடுத்தவரைப்போல் பெருமளவு சீடரையா?”

- மற்றவரைக் சுட்டிக்காட்டவும்.

  “தேவன் நம்மைக் கனி கொடுத்து, மெருகுமாறு கட்டளையிட்டிருக்கிறார். நாம் இயேசுவைப்போல் பிறருக்குப் பயிற்சி அளிக்கும் நபர்களைப் பயிற்றுவிக்கப்போகிறோம். இவ்வாறு பயிற்சி பெற்று, பின்னர் பயிற்சியில் பிறரை ஆதாயப்டுத்தும் ஒரு பெருங்கூட்டத்தை இயேசுவுக்குப் பரிசளிக்கப் போகிறோம். எனது பொக்கிஷம் மற்றும் காலத்தைப் பற்றி ஒரு நல்ல உக்கிராணக்காரனாக உத்தமர்கள் வாழப்போகிறேன்.”

- உங்கள் குழுவினரை அடுத்த குழுவினரோடு இணைந்து பிறரைப் பயிற்றுவிக்க உற்சாகப்படுத்துங்கள்.

- இந்த குறுநாடகத்தில் உதவி செய்தவரை முடிவு ஜெபம் செய்யும்படி கூறுங்கள.

3

அன்புசெலுத்து

அன்புசெலுத்து பகுதி இயேசுவை ஒரு மேய்ப்பனாக அறிமுகம் செய்கிறது. மேய்ப்பர்கள் தங்கள் மந்தையை வழி நடத்தி, பாதுகாத்து, உணவு கொடுக்கிறார். தேவ வசனத்தைக் கற்பிக்கும்போது நாம் மக்களைப் போஷிக்கிறோம். ஆனால் தேவனைப் பற்றி மக்களுக்குக் கற்றுக் கொடுக்ம் முதல் காரியம் என்ன? பயிற்சிபெறுபவர்கள் அதிமுக்கிய கட்டளையைக் கற்கிறார்கள், அன்பின் உற்பத்தி இடம் யார் என அறிகிறார்கள், அனபில் அவர்கள் எவ்வாறு ஆராதிக்கலாம் என்று கற்றுக் கொள்கிறார்கள்.

எளிய சீடர் குழுவை, பின்வரும் நான்கு முக்கிய காரியங்களைக் கொண்டு நடத்திச் செல்ல செயற்பயிற்சி செய்கிறார்கள்: துதி (முழு இருதயத்தோடு தேவனை நேசித்தல்), ஜெபம் (முழு ஆத்துமாவோடு நேசித்தல்), வேதவாசிப்பு (முழு பலத்தோடு நேசித்தல்), மற்றும் ஒரு திறமையை வளர்த்தல் (முழு பெலத்தோடு நேசித்தல்). □ஆடுகளும் புலிகளும என்கிற இறுதி நாடகம் விசுவாசிகளில் அநேக சீடர் குழுக்களின் அவசியத்தை எடுத்துக் காட்டுகிறது.

துதி

- தேவபிரசன்னத்துக்கும், அவர் ஆசீர்வாதத்துக்கும் ஒருவரை ஜெபிக்க அழையுங்கள்.

- இரண்டு பாடல்கள் அல்லது கவிகளைச் சேர்ந்து பாடுங்கள்.

ஜெபம்

- பயிற்சிபெறுபவர்களை இரண்டிரண்டு பேராக பிரிக்கவும். ஒவ்வொருவரும், இதுவரை தாங்கள் கூட்டு சேராத ஒருவருடன் சேரவேண்டும்.

- ஒவ்வொருவரும் தங்கள் கூட்டாளியோடு பின்வரும் கேள்விகளுக்கான பதில்களை பகிர வேண்டும்.

  1. நமக்குத் தெரிந்த இரட்சிக்கப்பட வேண்டியவர்களுக்காக எவ்வாறு ஜெபிக்கலாம்?

  2. நீங்கள் பயிற்சியளிக்கும் குழுவுக்காக எவ்வாறு ஜெபிக்கலாம்?

- பயிற்சி பெறும் சிலர் இன்னும் மற்றவர்களுக்கு பயிற்சியளிக்க துவங்கவில்லையனால், இனிவரும் காலத்தில் தாங்கள் பயிற்சியளிக்கக்கூடியவர்களுக்காக ஜெபிக்கலாம்.

- ஒவ்வொருவரும் தங்கள் கூட்டாளியோடு சேர்ந்து ஜெபிக்கவும்.

பாடம்

மறுஆய்வு

ஒவ்வொரு மறு ஆய்வு நேரமும் ஒன்று போலதான். பங்கேற்பவர்களை எழுந்து நிற்குமாறு கேட்டுக்கொண்டு முன்னர் கற்றுக்கொண்ட பாடங்களை திரும்பிக்கூற சொல்லுங்கள். கை அசைவுகளையும் செய்கிறார்கள் என்று உறுதிபடுத்துங்கள்.

முந்தின பாடங்களை மறுஆய்வு செய்யவும்.

இயேசுவைப் பின்பற்ற உதவும் எட்டு வகையான படங்கள் யாவை?

இராணுவவீரர், தேடுகிறவர், மேய்ப்பர், விதைக்கிறவர், மகன், பரிசுத்தவான், பணியாள், உக்கிராணக்காரர்.

பெருக்கு

அன்புசெலுத்து 69

ஓர் உக்கிராணக்காரன் செய்யும் மூன்று காரியங்கள் எவை?

மனிதனுக்கு தேவனின் முதல் கட்டளை யாது?

இயேசு மனிதனுக்குக் கொடுத்த இறுதிக் கட்டளையாது?

நான் அதிகம் கனிதந்து பெருக முடியுமா?

இஸ்ரேல் நாட்டிலுள்ள இரண்டு கடல்கள் யாவை?

ஏன் அவை மாறுபடுகின்றன?

நீ எதைப்போல் இருக்க விரும்புகிறாய்?

இயேசு எப்படிப்பட்டவர்?

--மாற்கு 6:34--இயேசு கரையில் வந்து, அநேக ஜனங்களைக் கண்டு, அவர்கள் மேய்ப்பனில்லாத ஆடுகளைப் போலிருந்தபடியல், அவர்கள் மேல் மனதுருகி அநேக காரியங்களை அவர்களுக்கு உபதேசிக்கத் தொடங்கினார்.

"இயேசு நல்லமேய்ப்பர். அவர் திராளான ஜனங்களைக் கண்டார், அவர்களது பிரச்சனைகளைக் கண்டார், தேவனுடைய வழிகளை அவர்களுக்கு போதித்தார். அவர் நம்மில் வசிப்பதால், இதே காரியங்களை நமது முலமாய் செய்ய விரும்புகிறார்."

🖐 மேய்ப்பர்
மக்களை உங்களோடு கூட்டிச் சேர்ப்பதுபோல் செய்கை செய்யவும்.

மேய்ப்பன் செய்யும் மூன்று காரியங்கள் (செயல்கள்) யாவை?

□சங்கீதம் 23 : 1-6□கர்த்தர் என் மேய்ப்பராயிருக்கிறார், நான் தாழ்ச்சியடையேன். அவர் என்னைப் புல்லுள்ள இடங்களில் மேய்த்து, அமர்ந்த தண்ணீர்கள் கண்டையாய் என்னைக் கொண்டுமோய் விடுகிறார். அவர் என்

ஆத்துமாவைத் தேற்றி, தம்முடைய நாமத்தினிமித்தம் என்னை நீதியின் பாதைகளில் நடத்துகிறார். நான் மரண இருளின் பள்ளத்தாக்கிலே நடந்தாலும் பொல்லாப்புக்கு பயப்படேன்; தேவரீர் என்னோடே கூட இருக்கிறீர், உமது கோலும் உமது தடியும் என்னைத் தேற்றும். என் சத்துருக்களுக்கு முன்பாக நீர் எனக்கு ஒரு பந்தியை ஆயத்தம்பண்ணி, என் தலையை எண்ணெயால் அபிஷேகம் பண்ணுகிறீர்; என் பாத்திரம் நிரம்பி வழிகிறது. என் ஜீவனுள்ள நாளெல்லாம் நன்மையும் கிருபையும் என்னைத் தொடரும்; நான் கர்த்தருடைய வீட்டிலே நீடித்த நாட்களாய் நிலைத்திருப்பேன்.

1. மேய்ப்பர்கள் சரியான பாதையில் தம் மந்தையை நடத்துகிறனர்.

2. மேய்ப்பர் தம் மந்தையைப் பதாதுகாக்கிறனர்.

3. மேய்ப்பர் தம் மந்தையைப் போஷிக்கின்றனர்.

“இயேசு ஒரு மேய்ப்பர், நாம் அவரைப் பின்பற்றுவதாய் நாமும் மேய்ப்பர்களே, மக்களை நாம் இயேசுவிடம் நடத்தி, யொய்ப்பிலிருந்து பாதுகாத்து, தேவவாசகத்தால் அவர்கள் யோதிக்கிறோம்.”

நாம் பிறருக்கு கற்றக் கொடுக்க வேண்டிய முக்கிய கட்டளையாது?

மாற்கு 12:28-31 வேதபாரகரில் ஒருவன் அவர்கள் தர்க்கப்பண்ணுகிறதைக் கேட்டு அவர்களுக்கு நன்றதாய் உத்தரவு சொன்ன ரென்று அறிந்து, அவரிடத்தில் வந்து கற்பனைகளிலெல்லாம் பிரதான கற்களனது என்று கேட்டான்.

இயேசு அவனுக்குல் பிரதியுத்தரமாக:
கற்பனைகளிலெல்லாம் பிரதான கற்பனை எது வென்றால் இஸ்ரவேலேகேன், நம்முடைய தேவனாகிய கர்த்தர் ஒருவ-ரே கர்த்தர் உன் தேவனாகிய கர்த்தரிடத்தில் உன் முழு இருதயத்தோடும், உன் முழு ஆத்துமாவோடும், உன்

முழுமனதோடும், உன் முழுப்பலத்தோடும், அன்பு கூடடுவ-
யியாக என்பதே பிரதான கற்பனை.

இதற்கு ஒப்பாயிருக்கிற இரண்டாம் கற்பனை என்னவென்றால் உன்னிடத்தில் நீ அன்பு கூடுவது போல் பிறனிடத்திலும் அன்பு கூடுவியாக என்பதே: இவைகளிலும் பெரிய கற்பனை வேறு ஒன்றுமில்லை என்றார்.

கடவுளை நேசி

👋 இரண்டு கைகளையும் கடவுளை நோக்கி ஏறெடு

மக்களை நேசி

👋மற்றவர்களுடைய கைகளை பிரித்துக்காட்டு

அன்பு எங்கிருந்து வருகிறது?

□1 யோவான் 4:7,8□பிரியமானவர்களே, ஒருவரிலெ-ாருவர் அன்பியிருக்கக்கடவோம் ஏனெனில் அன்பு தெவன-ால் உண்டாயிருக்கிறது: அன்புள்ள வெறும் தேவனால் பிறந்து, அவரை அறிந்திருக்கிறார். அன்பில்லாதவன் தே-வனை அறியான்: தேவன் அன்பாகவே இருக்கிறார் அன்பு தேவனிடத்திலிருந்து வருகிறது.

“எனவே நாம் தேவனிடமிருந்து அன்பைப் பெறுகிறோம். அவருக்கு அன்பைத் திரும்ப அளிக்கிறோம்”

👋அன்பை பெறுவது போல உங்கள் கரங்களை மேல் நோக்கி உயர்த்துங்கள், பின் அன்பை தேவனுக்குக் கொடுப்பது போல செய்யவும்

“நாம் தேவனிடத்திலிருந்து அன்பைப் பெற்று அதை பிற ஜனங்களுக்குக் கொடுக்கிறோம்.

உங்கள் கரங்களை மேலே உயர்த்துங்கள் அன்பை பெறு-வதுபோல பிறகு கரங்களை விரித்துக் காட்டுங்கள் பிறருக்கு அளிப்பதுபோல.

எளிய ஆராதனை என்றால் என்ன?

துதி
கரங்களை மேலே உயர்த்தி தேவனைத் துதியுங்கள்

ஜெபம்
கைகளை பாணியில் குவித்துக் காட்டுங்கள்

படித்தல்
உள்ளங்கைகளை புத்தகம் வாசிப்பதுபோல உயர்த்திக் காட்டுங்கள்

பயிற்சி
விதை துவுகிறது போல் கரங்களை அசைத்துக் காட்டுங்கள்

எளிய ஆராதனை ஏன்?

மாற்கு 12:30 உன் தேவனாகிய கர்த்தரிடத்தில் உன் முழு இருதயத்தோடும், உன் முழு ஆத்துமாவோடும், உன் முழு மனதோடும், உன் முழு பெலத்தோடும் அன்பு காட்டுவியாக.

- எளிய ஆராதனையை சுருக்கமாக பயிற்சிபெறுபவர்களுடன் மறுஆய்வு செய்யவும். இதன் ஒருவொரு பகுதியும் இயேசு கொடுத்த அதி முக்கிய கட்டளைக்குக் (மாற்கு 12:30) கீழ்ப்படிய நம்மைப் பயிற்றுவிக்கிறது.

- இந்தப் பகுதி எளிய ஆராதனையின் நோக்கத்தை விவரிக்கிறது. கைச் செய்கைகளை மாணவர்களுடன் சேர்ந்து பல முறை செயற்பயிற்சி செய்யவேண்டும்.

“தேவனை முழு இருதயத்தோடும் நேசிப்பதால் அவரைத்துதிக்கிறோம், முழு ஆத்துமாவோடும் நேசிப்பதால்

ஜெபிக்கிறோம், முழு மனதோடும் நேசிப்பதால் வேதத்தை வாசிக்கிறோம், முழு பெலத்தோடும் நோசிப்பதால் அன்பை சுப்பியாகக்கிறோம்."

ehk;...	vdNt...	ifr;nra;iffs;
தேவனை நமது முழுஇருதயத்தோடு நேசிக்கிறோம்	துதிக்கிறோம்	கையை இருதயத்தின் மேல் வைத்து பின்னர் கைகளை மேலே உயர்த்தி தேவனைத் துதிக்கவும்
தேவனை நமது முழு ஆன்மாவோடு நேசிக்கிறோம்	ஜெபிக்கிறோம்	கைகளை பக்கவாடடில் உறுதியாகப் பற்றி, பின் ஜெபிக்கும் சைகைகாட்டவும்
தேவனை நமது முழுமனதோடு நேசிசக்கிறோம்	வேத்தைப் படிக்கிறோம்	தலையின் வலது புரம் கையை வைக்கவும் பிறகு உள்ளங்கைகளை உயர்த்திக்காட்டவும்(புத்தகம் படித்தல போல)
தேவனை நமது முழு பெலத்தோடு நேசிக்கிறோம்	படித்தவற்றைப் பகிர்ந்துகொள்கி றோம் (பயிறி)	புஜங்களை (முன்கை) துசைகளை வளைத்துகாட்டவும் பிறகு விதைகளைத்துவுகிற செய்கை செய்யவும்

எளிய ஆராதனை முறைக்கு எத்தனை பேர் வேண்டும்?

□மத்தேயு 18:20□ஏனெனில், இரண்டு பேராவது மூன்று பேராவது என் நாமத்தினையே எங்கே கூடியிருக்கிறார்களோ, அங்கே அவர்கள் நடுவிலே இருக்கிறேன் என்றார்.

"இரண்டு மூன்று விசுவாசிகள் ஒன்று கூடடும் போது அங்கே இருக்கிறேன் என்று இயேசு வாக்களித்துள்ளார்."

மனை வசனம்

யோவான் 13:34,35நீங்கள் ஒருவரிலொருவர் அன்பாயிருங்கள். நான் உங்களில் அன்பாயிருந்ததுபோல நீங்களும் ஒருவரிஒருவர் அன்பாயிருங்கள் என்சிற புதிதான கட்டளையை உங்களுக்குக் கொடுக்கிறேன். நீங்கள் ஒருவரிலொருவர் அன்புள்ளவர்களாயிருந்தால், அதினால் நீங்கள் என்னுடைய சீஷர்களென்று எல்லோரும் அறிந்து கொள்வார்கள் என்றார்.

- எல்லாரும் எழுந்து நின்று மனப்பாட வசனத்தை பத்துமுறை சேர்ந்து சொல்லவேண்டும். முதல் ஆறு முறை, கற்பவர்கள் தங்கள் வேதத்தையோ, புத்தகத்தையோ பார்த்து வசனத்தைச் சொல்லலாம். கடைசி நான்குமுறை, மனப்பாடமாக சொல்ல வேண்டும்.

- ஒவ்வொரு முறையும் வசனக்குறிப்பைக் கூறி பின் வசனத்தைக் கூறவேண்டும் சொல்லி முடித்தப்பின் அனைவரும் உட்காரலாம்.

பயிற்சி

- பயிற்சிபெறுபவர்கள் தங்கள் கூட்டணியுடன் நேருக்கு நேர் அமரவேண்டும். பின், தன் கூட்டாளியோடு சேர்ந்து ஒருவருக்கொருவர் பாடத்தைக் கற்றுக்கொடுக்க வேண்டும்.

  “வயதில் பெரியவர் தலைவராயிருக்கவும்.”

- பக்கம் 32-ல் உள்ள மாதிரியைப் பின்பற்றவும்.

- பயிற்சி பகுதியில் நீங்கள் கற்றுக் கொடுத்த அதே முறையில் ஒவ்வொரு படியையும் செய்யவேண்டுமென வலியுறுத்தவும்.

- கேள்விகளைக் கேட்டல், வேதபகுதியை வாசித்தல் (நன்றாக) விடைகள் கண்டுபிடித்தல். நீங்கள் காண்பித்த அதே முறையில் கடைப்பிடிக்கவேண்டும்.

- பயிற்சி பெறுவோர் இவ்விதம் ஒருவருக்கொருவர் கற்றுக் கொடுத்த பின் இருவரும் வேறொரு கூட்டாளியைச் சேர்த்துக்

கொண்டு திரும்பப் பயிற்சி செய்யவும். இந்தக் குழுவுக்கு வெளியில் உள்ள யாராவது ஒருவருடன் கற்றுக்கொள்பவற்றைப் பகிர்ந்து கொள்ள முடியுமா என சிந்திக்கவும். அவ்வாறு ஒருவர் இருந்தால் அவரது பெயரை பாடப்பகுதியில் முதல் பக்கத்தில் குறித்துக் கொள்ளவும்.

முடிவு

எளிய ஆராதனை

- பயிற்சி பெறுவோரை நான்கு பேர் கொண்ட குழக்களாகப் பிரித்து தங்கள் குழுவுக்கு ஒரு பெயர் வைக்க ஒரு நிமிட அவகாசம் தரவும்.

- அறையைச் சுற்றி நடந்து குழக்களில் பெயர்களை அறிந்துகொள்ளவும்.

- எளிய ஆராதனை முறையில் படிகளைத்திருப்பிப் பார்க்கவும்.

- துதி, ஜெபம், பாடம், பயிற்சி ஆகிய பகுதிகளை ஒவ்வொருவரும் நடத்தவும்.

- துதிவேளை அதிக சப்தமின்றி, அருகிலுள்ள மற்றக் குழக்களுக்கு இடையூறில்லாத வகையில் செயல்படவும். வேதாகமக் கதை ஒன்றைச் சொல்லவும். எதுவும் பிரசங்கிக்கக் கூடாது. கெட்டகுமாரன் போன்ற தேவனுடைய அன்பைக் கூறும் கதை ஒன்றைத் தெரிந்து கொள்ளவும். துலைவர் பின்வரும் கேள்விகளைக் கேட்கவேண்டும்

    1. தேவனைப் பற்றி இந்தக் கதை கூறுவது என்ன?

    2. மனிதரைப்பற்றி என்ன கூறுகிறது

    3. இயேசுவைப் பின்பற்ற இக்கதை எனக்கு எவ்வாறு உதவுகிறது.

- பயிற்சித்தலைவர் இதே கதையை மீண்டும் சொல்லுவார் மூன்று கேள்விகளையும் மீண்டும் கேட்டார். ஒவ்வொரு கேள்விக்கும் குழவாக ஆய்ந்து பதிலளிப்பர்.

சீடர் குழுவை ஆரம்பிக்கவேண்டிய அவசியம் என்ன?

ஆடுகளும் புலிகளும

- இவ்வறை ஒரு ஆட்டுப்பன்னை எனக் கொள்க. ஒருவர் காவலாளியாக இருப்பார். மூவர் புலிகளாகவும் மற்றவர்க்ள ஆடகளாலும் எண்ணிக் கொள்ளவேண்டும்.

  "புலிகள் எத்தனை ஆடுகளைச் சேதப்படுத்தக் கூடுமோ அத்தனையும் செய்வதுதான் இந்த விளையாட்டின் நோக்கம். காவலாளி ஒரு புலியைத் தொட்டவுடன் புலி செத்த மாதிரி சுருண்டு கொள்ளும். புலி ஓர் ஆட்டைத் தொட்டவுடன் ஆடு இறந்ததுபோல படுத்துக்கொள்ளும். 2 புலிகள் தொட்டுவிட்டால் காவலாளி இறந்துவிடும். இறந்தவர் விளையாட்டிலிருந்து வெளியேறவேண்டும்."

- புத்தகங்கள், பென்சில்கள் போன்ற பொருட்களைத் தரையிலிருந்து முன்னதாவே அகற்றிவிடவேண்டும்.

  "யாராவது விளையாட்டின்போது கூச்சலிட்டாலும் தவறல்ல."

- மூன்று வரை எண்ணி, போ என்று சொல்லவும். எல்லாப் புலிகளுமோ, ஆடுகளுமோ சேதப்படும்வரை விளையாட்டு தொடரலாம். காவலாளிகலும் கூட சேதப்படலாம்.

- மீண்டும் இந்த விளையாட்டை விளையாடலாம் என்று கூறுங்கள். ஆனால் இம்முறை, கூடுதலாக ஐந்து காவலாளகிளை வைக்கவும். ஆடுகள் காவலாளிகளுக்கு அருகில் பாதுகாப்பிற்காக நிற்கலாம். எல்லா புலிகளும் சேதப்படும்வரை ஆட்டத்தைத் தொடரலாம்.

- புதிய குழுக்கள், சபைகள் ஏன் தேவை என்பதை விளக்கும் படமே இந்த விளையாட்டு. ஒரே போதகர் தமது சபையைப் பெருக்கவும். பாதுகாக்கவும் விரும்புகிறார். விசுவாசிகளைக்

காயப்படுத்துதல், சாத்தானுக்கு எளிதாகிறது. இரண்டாவது இடத்தில் பல தலைவர்கள் தமது சிறு குழுக்களைப் பாதுகாக்க முற்படுவதால், அவர்களைத் தாக்குதல் சாத்தானுக்கு (புலிகள்) அவ்வளவு எளிதல்ல.

"இயேசு நமது நல்ல மேய்ப்பர். ஆடுகளுக்காகத்தமது ஜீவனையும் கொடுத்தவர். நாமும் ஆவிக்குரிய மேய்ப்பர்களாக நமது ஜீவனை-நமது நேரம், ஜெபம், அவயம் - நம்மிடமிருந்து கற்றுக்கொள்ள விரும்பும் நமது ஆடுகளுக்காக தியாகம் செய்ய ஆயத்தமாயிருக்கவேண்டும். நாம் ஒரு குறிப்பிட்ட இடத்தில் ஒரு குறிப்பிட்ட இடத்தில் ஒரு குறிப்பிட்ட நேரத்தில் மட்டுமே இருக்கமுடியும். இயேசு ஒருவரே சர்வ வியாபி. இந்தக் காரணத்தினால் நாம் மற்றவர்களுக்குக் கற்றுக் கொடுக்க ஆட்களைப் பயிற்றுவிப்பது அவசியம். நமது பொறுப்புக்களைப் பகிர்ந்து கொண்டு ஒருவர் பாரத்தை ஒருவர் சுமந்து, கிறிஸ்துவின் பிரமாணத்தை நிறைவேற்ற இயலும்."

4

ஜெபி

ஜெபித்தல், இயேசுவைப் பரிசுத்தராக அறிமுகம் செய்கிறது. அவர் பரிசுத்தராய் வாழ்ந்து, நமக்காக சிலுவையில் மரித்தார். நாம் இயேசுவைப்பின்பற்றுவதால் நாமும் பரிசுத்தராய் வாழ தேவன் கட்டளையிடுகிறார். ஒரு பரிசுத்தவான் தேவனைத் தொழுகிறார். பரிசுத்த ஜீவியம் செய்கிறார். மற்றவர்களுக்காக ஜெபிக்கிறார். இயேசுவின் ஜெப மாதிரியைப் பின்பற்றி நாமும் தேவனைத் துதிக்கிறோம், நமது பாவங்களுக்காக மனஸ்தாபப்படுகிறோம், நமது தேவைகளுக்காய் அவரிடத்தில் வேணடுகிறோம், அவர் கட்டளையிடுகிறவைகளுக்கு இணங்குகிறோம்.

தேவன் நமது ஜெபத்திற்கு நான்கு விதங்களில் பதிலளிக்கிறார். இல்லை (நமது நோக்கம் தவறாயிருந்தால்), இப்போது அல்ல (நாம் கேட்கிற நேரம் சரியில்லை), நீ இன்னும் வளரவேண்டும் (தேவன் பதிலளிக்கும்படி நாம் வளரவேண்டியது அவசியம்) அல்லது ஆம் (நமது ஜெபம் ஆண்டவரது சித்தத்திற்கும், அவா வார்ததைக்கும் ஏற்றவாறு இருக்கும்போது). ஆண்டவரது தொலைபேசி எண்ணைக் பயிற்சிபெறுபவர்கள் கற்றுக்கொள்ளவேண்டும்: 3-3-3 (எரேமியா 33:3). எப்போதும் அவரை நோக்கிக் கூப்பிட உற்சாகப்படுத்தப்படுகிறோம்.

துதி

- தேவ பிரசன்னத்துககாகவும் அவர் ஆசீர்வாதத்திற்காகவும் ஒரு-வரை ஜெபிக்குமாறு கேட்டுக்கொள்ளுங்கள்.

- இரண்டு பாடல்கள் அல்லது கவிகளை சேர்ந்து பாடுங்கள்.

ஜெபம்

- பயிற்சி பெறுபவர்களை இரண்டிரண்டு பேராக பிரிக்கவும் ஒவ்வொருவரும் இதுவரை தாங்கள் கூட்டுசேராத ஒருவருடன் சேரவேண்டும்.

- ஒவ்வொருவரும் தங்கள் கூட்டாளியோடு பின்வரும் கேள்விகளுக்கான பதில்களை பகிர வேண்டும்.

  1. நமக்குத் தெரிந்த இரட்சிக்கப்பட வேண்டியவர்களுக்காக எவ்வாறு ஜெபிக்கலாம்?

  2. நீங்கள் பயிற்சியளிக்கும் குழுவுக்காக எவ்வாறு ஜெபிக்கலாம்?

- பயிற்சி பெறும் சிலர் இன்னும் மற்றவர்களுக்கு பயிற்சியளிக்க துவங்கவில்லையனால், இனிவரும் காலத்தில் தாங்கள் பயிற்சியளிக்கக்கூடியவர்களுக்காக ஜெபிக்கலாம்.

- ஒவ்வொருவரும் தங்கள் கூட்டாளியோடு சேர்ந்து ஜெபிக்கவும்.

பாடம்

தொலைபேசி விளையாட்டு

"தொலைபேசி விளையாட்டை அறிவீர்களா?"

- உங்களுக்கு அருகில் இருப்பவரிடம் நீங்கள் சில வார்த்தைகளைச் சொல்லவேண்டும். அவர் அடுத்த நபரிடம் கூறுவார். இவ்வாறு வட்டத்தில் செய்தி அனுப்பப்படும்.

- கடைசி நபர் தாம் கேட்டதை உரக்கச் சொல்லவேண்டும். ஆரம்பித்தவர் தாம் சொன்னதைச் சொல்லவேண்டும். ஒவ்வொருவரும் தாம் கேட்டதையும் ஆரம்ப வார்த்தைகளையும் ஒப்பிட்டுப் பார்க்கவேண்டும். வேடிக்கையான ஒரு வாக்கியத்தைச் இதற்காக எடுத்துக்கொள்ளலாம். இதை விளையாட்டை இரண்டு முறை விளையாடலாம்.

"தேவனைப் பற்றிப் பல விஷயங்களைக் கேட்கிறோம். அவருடன் நேரடியாக எப்போதும் நாம் பேசுவதில்லை. ஒரு சொற்றொடர் பலர் மூலமாக வரும்போது அதில் பல தவறுகள் அல்லது மாற்றல்கள் ஏற்படலாம். நமது ஆவிக்குரிய வாழ்வில் ஜெபம் மிக முக்கியமானது. ஏனென்றால் அது ஆண்டவருடன் நேரடியாகப் பேசுவதாகும்."

மறுஆய்வு

ஒவ்வொரு மறு ஆய்வு நேரமும் ஒன்று போலதான். பங்கேற்பவர்களை எழுந்து நிற்குமாறு கேட்டுக்கொண்டு முன்னர் கற்றுக்கொண்ட பாடங்களை திரும்பிக்கூற சொல்லுங்கள். கை அசைவுகளையும் செய்கிறார்கள் என்று உறுதிபடுத்துங்கள்.

முந்தின நான்கு பாடங்களை மறுஆய்வு செய்யவும்.

இயேசுவைப் பின்பற்ற உதவும் எட்டு வகையான படங்கள் யாவை?

இராணுவவீரர், தேடுகிறவர், மேய்ப்பர், விதைக்கிறவர், மகன், பரிசுத்தவான், பணியாள், உக்கிராணக்காரர்.

பெருக்குதல்

ஓர் உக்கிராணக்காரனின் மூன்று செயல்கள் யாவை?

மனிதனுக்குத் தேவன் கொடுத்த முதல் கட்டளை யாது?

யேசுவின் இறுதிக்கட்டளை யாது?

நாம் எவ்வாறு கனிதந்து, பலுகமுடியும்.

இஸ்ரேல் நாட்டிலுள்ள இரண்டு கடல்கள் எவை?

ஏன் அவை அவ்வளவாய் மாறுபட்டடுள்ளன?

நீ எதைப் போலிருக்க விரும்புகிறாய்?

அன்பு செலுத்து

ஒரு மேய்ப்பனின் மூன்று செயல்கள் யாவை?

பிறருக்குக்கற்றுக் கொடுக்கவேண்டிய முக்கிய கட்டளை யாது?

அன்பு எங்கிருந்து தோன்றுகிறது?

எளிய ஆராதனை என்றால் என்ன?

நாம் ஏன் எளிய ஆராதனை செய்யவேண்டும்?

எளிய ஆராதனைக்கு எத்தனை பேர் வேண்டும்?

இயேசு எப்படிப்பட்டவர்?

□லூக்கா 4:33-35□ஜெப ஆலயத்திலே அசுத்த ஆவி பிடித்திருந்த ஒரு மனுஷன் இருந்தான். அவன் ஐயோ! நசரேயனாகிய இயேசுவே, எங்களுக்கும் உமக்கும் என்ன? எங்களைக் கெடுக்கவா வந்தீர்? உம்மை இன்னர் என்று அறிவேன். நீர் தேவனுடைய பரிசுத்தர் என்று உரத்த சத்தமிட்டான்.

அதற்கு இயேசு : நீ பேசாமல் இவனை விட்டுப் புறப்பட்டுப்போ என்று அதை அதட்டினார் அப்பொழுது பிசாசு அவனை ஜனங்களில் நடுவே விழத்தள்ளி, அவன்கது ஒரு சேதமும் செய்யாமல் அவனை விட்டுப்போய்விட்டது.

“இயேசு தேவனுடைய பரிசுத்தர். அவரை நாம் வணங்குகிறோம். தேவனுக்குமுன் நமக்காகப் பரிந்து பேசுபவரும் அவரே. நாமும் அவ்வாறே மற்றவர்களுக்காகப் பரிந்து பேசவும், அவரோடு இணைக்கப்பட்ட பரிசுத்த வாழ்வு வாழ வேண்டும் என்றும் அவர் விரும்புகிறார். இயேசு பரிசுத்தர். நாம் பரிசுத்தராயிருக்க அழைக்கப்பட்டிருக்கிறோம்.”

பரிசுத்தர்

கைகளை ஜெபிக்கும் பாணியில் காட்டவும்.

பரிசுத்தவான் செய்யும் மூன்று செயல்கள் யாவை?

மத்தேயு 21:12-16 இயேசு தேவாலயத்தில் பிரவேசித்து, ஆலயத்திலே விற்கிறவர்களும் கொள்ளுகிறவர்களுமாகிய எல்லாரையும் வெளியே துரத்தி, காசுக்காரருடைய பிசாசு- களையும், புறா விற்கிறவர்களின் ஆசனங்களையும் கவிழ்த்து,

என்னுடைய வீடு ஜெபவீடு என்னப்படும் என்று எழுதியிருக்கிறது. நீங்களோ அதைக் கள்ளர் குகையாக்கினீர்கள் என்றார்.

அப்பொழுது, குருடரும் சப்பாணிகளும் தேவாலயத்திலே அவரிடத்திற்கு வந்தார்கள், அவர்களைச் சொஸ்தமாக்கினார்.

அவர் செய்த அதிசயங்களையும், தாவீதின் குமாரனுக்கு ஓசன்னா! என்று தேவாலயத்திலே ஆர்ப்பரிக்கிற பிள்ளைகளையும், பிரதான ஆசாரியரும் வேதபாரகரும் கண்டு, கோபமடைந்து, அவரை நோக்கி: இவர்கள் சொல்லுகிறதைக் கேட்கிறீரே என்றார்கள். அதற்கு இயேசு: ஆம், கேட்கிறேன். குழந்தைகளுடைய வாயினாலும் பாலருடைய வாயினாலும் துதி உண்டாக்கும்படி செய்தீர் என்பதை நீங்கள் ஒருக்காலும் வாசிக்கவில்லையா என்றார்.

1. பரிசுத்தவான்கள் தேவனை ஆராதிக்கிறார்கள்.

   "ஆலயத்திலே பிள்ளைகள் செய்ததுபோல நாம் தேவனைத் துதிக்கவேண்டும்."

2. பரிசுத்தவான்கள் பரிசுத்த ஜீவியம் செய்கிறார்கள்.

   "பேராசையால் பிதாவின் வீடு அசுத்தப்படுவதை இயேசு அனுமதிக்கவில்லை."

3. பரிசுத்தவான்கள் பிறருக்காக ஜெபிக்கிறார்கள்.

   "தேவனுடைய வீடு ஜெபவீடு என்று இயேசு கூறினார்."

"பரிசுத்தராகிய இயேசு நமக்குள் வாசம் செய்கிறார். நாம் அவரைப் பின்பற்றும்போது அவருடைய பரிசுத்தவான்களாக பரிசுத்தத்தில் வளருவோம். இயேசுவைப்போல் பரிசுத்த வாழ்க்கை வாழ்வோம். பிறருக்காக ஜெபிப்போம். தேவனை ஆராதிப்போம்."

எவ்வாறு ஜெபிக்க வேண்டும்?

லூக்கா 10:21 அந்த வேளையில் இயேசு ஆவியி-லே களிகூர்ந்து: பிதாவே! வானத்துக்கும் பூமிக்கும் ஆண்டவரே! இவைகளை நீர் ஞானிகளுக்கும் கல்விமான்களுக்கும் மறைத்து, பாலகருக்கு வெளிப்படுத்தினபடியால் உம்மை ஸ்தோத்திரிக்கிறேன் ஆம், பிதாவே! இப்படிச் செய்வது உம்முடைய திருவுளத்துக்குப் பிரிய மாயிருந்தது.

துதித்தல்

தேவன் இவ்வுலகில் செய்து வருகிற கிரியைகளுக்காக இயேசு அவருக்கு நன்றி செலுத்தி, களிகூர்ந்து ஜெபித்தார்.

துதித்தல்
✋ஆராதனையில் கரங்களை உயர்த்தவும்.

லூக்கா 18:10-14 இரண்டு மனுஷர் ஜெபம்பண்ணும்படி தேவாலயத்துக்குப் போனார்கள் ஒருவன் பரிசேயன் மற்றவன் ஆயக்காரன். பரிசேயன் நின்று: தேவனே! நான் பறிகாரர், அநியாயக்காரர், விபசாரக்காரர் ஆகிய மற்ற மனுஷரைப்போலவும், இந்த ஆயக்காரனைப்போலவும் இராததனால் உம்மை ஸ்தோத்திரிக்கிறேன்.

வாரத்தில் இரண்டுதரம் உபசரிக்கிறேன் என் சம்பாத்தியத்திலெல்லாம் தசமபாகம் செலுத்தி வருகிறேன் என்று, தனக்குள்ளே ஜெபம்பண்ணினான்.

ஆயக்காரன் தூரத்திலே நின்று, தன் கண்களையும் வானத்துக்கு ஏறெடுக்கத் துணியாமல், தன் மார்பிலே

அடித்துக்கொண்டு: தேவனே! பாவியாகிய என்மேல் கிருபையாயிரும் என்றான்.

*அவனல்ல, இவனே நீதிமானாக்கப்பட்டவனாய்த்
தன் வீட்டுக்குத் திரும்பிப் போனான் என்று
உங்களுக்குச் சொல்லுகிறேன் ஏனெனில் தன்னை
உயர்த்துகிறவனெவனும் தாழ்த்தப்படுவான், தன்னைத்
தாழ்த்துகிறவன் உயர்த்தப்படுவான் என்றார்.*

மனந்திரும்பு

"இந்தக் கதையில் இயேசு, ஜெபம் செய்த இரண்டுபேரை ஒப்பிடுகிறார். பரிசேயன் பெருமைக்காரன். பாவிகளை விடத் தான் உயர்ந்தவன் என்று நினைத்தான். ஆயக்காரனோ, தனது பாவ நிலையை உணர்ந்து தன்னைத் தாழ்த்தி ஜெபித்தான். ஆயக்காரனே தேவனை மகிழச்செய்தான் என்று இயேசு கூறினார்."

"மனந்திரும்புதல் என்பது, நமது பாவங்களை ஒத்துக்கொள்வதும் மீண்டும் அவைகளைச் செய்யாமல் அவைகளை விட்டு விலகுவதுமாகும். மனந்திரும்பி, மன்னிக்கப்படுபவர்கள் தேவனைப் பிரியப்படுத்துகிறார்கள்."

மனந்திரும்புதல்

✋உள்ளங்கைகளை வெளிப்புறமாகத் திருப்பி முகத்தை மூடிக்கொண்டு, தலையை மறுபுறம் திருப்பவும்

*□லூக்கா 11:9□ மேலும் நான் உங்களுக்குச்
சொல்லுகிறதாவது: கேளுங்கள், அப்பொழுது
உங்களுக்குக் கொடுக்கப்படும் தேடுங்கள், அப்பொழுது
கண்டடைவீர்கள் தட்டுங்கள், அப்பொழுது உங்களுக்குத்
திறக்கப்படும்.*

கேளுங்கள்

"துதியுடன் தேவசமூகத்தில் வந்து, பாவ அறிக்கை செய்தபிறகு, நமது தேவைகளைக் கேட்கத் தகுதியாயிருக்கிறோம். சிலர்

ஜெபத்தை ஆரம்பித்தவுடனே கேட்க ஆரம்பிக்கிறார்கள். இது முறையல்ல கர்த்தருடைய ஜெபம், முதலில் துதித்து பிறகு கேட்க, கற்பிக்கிறது (மத்.6:9).”

கேட்டல்

✋பெறுவதைப்போல் கைகளைக் குவித்துக்கொள்ளவும்

□லூக்கா 22:42□ பிதாவே, உமக்குச்சித்தமானால் இந்தப் பாத்திரம் என்னை விட்டு நீங்கும்பழ செய்யும், ஆயினும் என் சித்தத்தின்படியல்ல உமது சித்தத்தின்படியே ஆகக்கடவது.

விட்டுக்கொடுத்தல்

“இயேசு, சிலுவை மரணம் குறித்து, கெத்செமெனே தோட்டத்தில் வியாகுலப்பட்டார். ஆயினும், என் சித்தத்தின்படியல்ல உம் சித்தப்படியே ஆகக்கடவது என்று ஜெபித்தார்.”

“நமக்குத் தேவையானவற்றை தேவனிடம் கேட்ட பிறகு அவர் நம்மிடம் என்ன கேட்கிறார் என்று கவனிக்க வேண்டும். விட்டுக்கொடு என்று அவர் கேட்கும் காரியங்களை விட்டுக்கொடுக்க வேண்டும்.”

விட்டுக்கொடு

✋ஜெபபாணியில் கைகளைக் குவித்து, மரியாதையைக் காட்டும் விதமாய் நெற்றியின் மேல் வைத்தல்.

ஒருமித்து ஜெபித்தல்

- ஜெபத்தின் நான்கு பகுதிகளை ஒவ்வொன்றாய்ப் பயன்படுத்தி குழுவினரை ஜெபத்தில் நடத்தவும்.

- துதி மற்றும் கேட்டல் பகுதிகளில் அனைவரும் உரக்க ஜெபிக்கவேண்டும். பாவ அறிக்கை, விட்டுக்கொடுத்தல் வேளைகளில் அமைதியாக ஜெபிக்கவேண்டும்.

"“ஜனங்கள் எல்லாரும் ஆமென் என்று சொன்னார்கள்” என்று நான் சொல்லும்போது இந்த பகுதி முடிவாகிவிட்டதை அறிவீர்கள்.”

- ஒவ்வொரு பகுதிக்கான கைச்செய்கையுடன் ஜெபிக்கும்படி கூறுங்கள்.

தேவன் நமக்கு எவ்வாறு பதிலளிக்கிறார்?

மத்தேயு 20:20-22 அப்பொழுது, செபெதேயுவின் குமாரருடைய தாய் தன் குமாரரோடுகூட அவரிடத்தில் வந்து, அவரைப் பணிந்துகொண்டு: உம்மிடத்தில் ஒரு விண்ணப்பம் பண்ணவேண்டும் என்றாள்.

அவர் அவளை நோக்கி: உனக்கு என்ன வேண்டும் என்று கேட்டார். அதற்கு அவள்: உம்முடைய ராஜ்யத்திலே என் குமாரராகிய இவ்விரண்டுபேரில் ஒருவன் உமது வலது பாரிசத்திலும், ஒருவன் உமது இடது பாரிசத்திலும் உட்கார்ந்திருக்கும்படி அருள்செய்யவேண்டும் என்றாள்.

இயேசு பிரதியுத்தரமாக: நீங்கள் கேட்டுக் கொள்ளுகிறது இன்னது என்று உங்களுக்குத் தெரிய வில்லை. நான் குடிக்கும் பாத்திரத்தில் நீங்கள் குடிக்கவும், நான் பெறும் ஸ்நானத்தை நீங்கள் பெறவும் உங்களால் கூடுமா என்றார். அதற்கு அவர்கள் கூடும் என்றார்கள்.

இல்லை

“யாக்கோபு யோவன் இருவருடைய தாய் தன் குமாரருக்கு இயேசுவின் ராஜ்யத்தில் மிகச் சிறந்த இடந்தருமாறு இயேசுவிடம் கேட்டார். பெருமையும் தகுதியும் அவளை உந்துவித்தது. இந்த உரிமையைத் தர பிதா மட்டுமே வல்லவர் என்று இயேசு பதிலளித்தார். தவறான நோக்கத்துடன் நாம் கேட்கும் விண்ணப்பங்களுக்கு தேவன் இல்லை என்று பதிலளிப்பார்.”

இல்லை - நமது நோக்கம் தவறு

இல்லை என்னும் பொருள்பட தலை சாய ஆட்டவும்.

☐யோவன் 11:11-15☐ இவைகளை அவர் சொல்லியபின்பு அவர்களை நோக்கி: நம்முடைய சிநேகிதனாகிய லாசரு நித்திரையடைந்திருக்கிறான், நான் அவனை எழுப்பப்போகிறேன் என்றார். அதற்கு அவருடைய சீஷர்கள்: ஆண்டவரே, நித்திரையடைந்திருந்தால் சுகமடைவான் என்றார்கள்.

இயேசுவானவர் அவனுடைய மரணத்தைக்குறித்து அப்படிச் சொன்னார் அவர்களோ நித்திரைசெய்து இளைப்பாறுகிறதைக்குறித்துச் சொன்னாரென்று நினைத்தார்கள். அப்பொழுது இயேசு அவர்களை நோக்கி: லாசரு மரித்துப்போனான் என்று வெளிப்படையாய்ச் சொல்லி: நான் அங்கே இராததினால் நீங்கள் விசுவாசமுள்ளவர்களாகிறதற்கு ஏதுவுண்டென்று உங்கள்நிமித்தம் சந்தோஷப்படுகிறேன் இப்பொழுது அவனிடத்திற்குப் போவோம் வாருங்கள் என்றார்.

இப்போது இல்லை

"லாசரு வியாதியாய் இருந்ததை இயேசு அறிவார். முன்னதாக வந்திருந்தால் அவனைச் சுகமாக்கியிருக்கலாம். ஆனால் அவர் இறக்கும் வரை காத்திருந்தார். பெரிதான ஒரு அற்புதத்தைச் செய்வதற்காக உயிரோடெழுப்புதல்."

"அது அவர்களுடைய விசுவாசத்தைப் பெருக்கும் என எண்ணினார். இவ்வேளைகளில் நாமும் காத்திருக்கவேண்டி உள்ளது ஏனென்றால் நமது வேளை சரியானதல்ல."

இப்போது இல்லை - நாம் தேவனுடைய நேரத்திற்குக் காத்திருக்கவேண்டும், நமது நேரத்திற்கல்ல.
✋ வாகனத்தின் வேகத்தைக்குறைப்பது போன்ற செய்கை

☐லூக்கா 9:51:56 ☐ பின்பு, அவர் எடுத்துக்கொள்ளப்படும் நாட்கள் சமீபித்தபோது, அவர் எருசலேமுக்குப் போ-கத் தமது முகத்தைத் திருப்பி, தமக்கு முன்னாகத் தூ தர்களை அனுப்பினார். அவர்கள் போய், அவருக்கு இடத்தை ஆயத்தம்பண்ணும்படி சமாரியருடைய ஒரு

கிராமத்திலே பிரவேசித்தார்கள். அவர் எருசலேமுக்குப் போக நோக்கமாயிருந்த படியினால் அவ்வூரார் அவரை ஏற்றுக்கொள்ளவில்லை.

அவருடைய சீஷராகிய யாக்கோபும் யோவானும் அதைக் கண்டபோது ஆண்டவரே, எலியா செய்ததுபோல, வானத்திலிருந்து அக்கினி இறங்கி இவர்களை அழிக்கும்படி நாங்கள் கட்டளையிட உமக்குச் சித்தமா என்று கேட்டார்கள். அவர் திரும்பிப்பார்த்து: நீங்கள் இன்ன ஆவியுள்ளவர்களென்பதை அறியீர்கள் என்று அதட்டி, மனுஷகுமாரன் மனுஷருடைய ஜீவனை அழிக்கிறதற்கு அல்ல, இரட்சிக்கிறதற்கே வந்தார் என்றார். அதன்பின்பு அவர்கள் வேறொரு கிராமத்துக்குப் போனார்கள்.

வளர்தல்

“சமாரியர் தங்களை ஏற்றுக்கொள்வில்லை என்பதற்காக அந்த ஊரை அழிக்க நினைத்தார்கள். யோவானும் யாக்கோபும் அவர்கள் இயேசுவின் ஊழிய நோக்கத்தை அறியவில்லை. மனுஷரை ரட்சிக்க வந்தவர் அழிக்கிறதற்கல்ல. சீஷர்கள் இன்னும் வளரவேண்டியதாயிருந்தது. அதேபோல நமக்குத் தேவையில்லாத காரியங்களை நாம்கேட்கும்போது அல்லது நமக்குத் பிரச்சனைத் தரக்கூடிய காரியங்களை கேட்கும்போது அவர் கொடுப்பதில்லை. நாம் இன்னும்வளரவேண்டும் என்று அவர் சொல்லுகிறார்.”

வளர்தல் - ஒரு குறிப்பிட்ட பகுதியில் நாம் வளரவேண்டும் என தேவன் விரும்புகிறார்.

ஒரு செடி வளர்வது போன்ற செய்கை காட்டவும்.

□ யோவான் 15:7□ நீங்கள் என்னிலும், என் வார்த்தைகள் உங்களிலும் நிலைத்திருந்தால், நீங்கள் கேட்டுக்கொள்வதெதுவோ அது உங்களுக்குச் செய்யப்படும்.

ஆம்

"நாம் இயேசுவைப் பின்பற்றி அவரது வசனத்தின்படி வாழும்போது நமது தேவைகளை தேவனிடம் கேட்டுப் பெற்றுக்கொள்வோம் என்ற நம்பிக்கையுடன் வாழலாம்."

அவர் சித்தப்படி ஜெபித்துள்ளோம் அவர் சரி என்று கூறுவார்.

N 'ஆம்' என்பதற்கான தலையசைத்து கையை முன்நோக்கி அசைக்கவும்.

மனப்பாட வசனம்

லூக்கா 11:9 நான் உங்களுக்குச் சொல்லுகிறேன். கேளுங்கள், அப்பொழுது உங்களுக்குக் கொடுக்கப்படும்; தேடுங்கள், அப்பொழுது கண்டடைவீர்கள்; தட்டுங்கள், அப்பொழுது உங்களுக்குத் திறக்கப்படும்.

- எல்லாரும் எழுந்து நின்று மனப்பாட வசனத்தை பத்துமுறை சேர்ந்து சொல்லவேண்டும். முதல் ஆறு முறை, கற்பவர்கள் தங்கள் வேதத்தையோ, புத்தகத்தையோ பார்த்து வசனத்தைச் சொல்லலாம். கடைசி நான்குமுறை, மனப்பாடமாக சொல்ல வேண்டும்.

- ஒவ்வொரு முறையும் வசனக்குறிப்பைக் கூறி பின் வசனத்தைக் கூறவேண்டும் சொல்லி முடித்தப்பின் அனைவரும் உட்காரலாம்.

செயல்முறை பயிற்சி

- பயிற்சிபெறுபவர்கள் தங்கள் கூட்டணியுடன் நேருக்கு நேர் அமரவேண்டும். பின், தன் கூட்டாளியோடு சேர்ந்து ஒருவருக்கொருவர் பாடத்தைக் கற்றுக்கொடுக்க வேண்டும்.

"ஒவ்வொரு ஜோடியிலும், உயரத்தில் சிறியவர் அந்த ஜோடியின் தலைவர்."

- பக்கம் 32-இல் கொடுக்கப்பட்ட மாதிரியைப் பின்பற்றவும்.

- பாடப் பகுதியில் நீங்கள் கற்றுக் கொடுத்த அதே மாதிரியைப் பின்பற்ற வலியுறுத்தவும்.

  “கேள்விகள் கேட்டு ஒன்றாக வேதப்பகுதியை வாசித்து, நான் செய்தது போலவே கேள்விகளுக்கு விடை கண்டுபிடிக்கவேண்டும்.”

- இருவரும் ஒருவரையொருவர் இவ்விதம் பயிற்றுவித்த பிறகு, ஒரு புதிய கூட்டாளியைச் சேர்த்துக் கொண்டு இதேபோல் செய்யவும். இந்தப் பயிற்சியில் இல்லாத ஒருவரைக்கூட சேர்த்துக் கொள்ளலாம். இப்பயிற்சியை நீங்கள் பகிர்ந்து கொள்ள விரும்பும் ஒரு புதிய நபரை யோசித்து, அவரது பெயரை பாடத்தின் மேல் பகுதியில் எழுதவும்

முடிவு

தேவனது தொலைபேசி எண்

“தேவனது தொலைபேசி எண் உங்களுக்குத் தெரியுமா? 3-3-3”

□எரேமியா 33:3□ என்னை நோக்கிக் கூப்பிடு, அப்பொழுது நான் உனக்கு உத்தரவு கொடுத்து, நீ அறியாததும் உனக்கு எட்டாததுமான பெரிய காரியங்களை உனக்கு அறிவிப்பேன்.

“தேவனோடு அனுதினமும் பேசு. நீ பேசுவதைக் கேட்கவும் கனிவோடு பேசவும் அவர் காத்துக் கொண்டிருக்கிறார்.”

இரண்டு கைகள் - பத்து விரல்கள்

- இரண்டு கைகளையும் தூக்கிப்பிடி

“இரண்டு விதமான மக்களுக்காக நாம் தினந்தோறும் ஜெபிக்கவேண்டும்: விசுவாசிகள், அவிசுவாசிகள்.”

“விசுவாசிகள் இயேசுவைப்பின்பற்ற வேண்டும் மற்றவர்களையும் இயேசுபைப் பின்பற்றப் பயிற்றுவிக்கவேண்டும் என ஜெபிக்கிறோம்.

அவிசுவாசிகள் கிறிஸ்துவை ஏற்றுக்கொள்ள வேண்டுமென்று ஜெபிக்கிறோம்."

- விசுவாசிகளல்லாத ஐந்துபேரைத் தெரிந்துகொண்டு வலப்புறத்தில் நிறுத்தி அவர்கள் இயேசுவைப்பின்பற்றுகிறவர்களாக மாற ஜெபிக்கவும்.

- இடப்பக்கத்தில் தமக்குத் தெரிந்த விசுவாசிகள் ஐந்து பேரைக்கூடி இயேசுவைப் பின்பற்றும் பயிற்சியளிக்கவும். அவர்கள் தங்கள் முழு இருதயத்தோடு இயேசுவைப் பின்பற்றுமாறு அவர்களுக்காக ஜெபிக்கவும் பயிற்சிபெறுபவர்களை உற்சாகப்படுத்தவும்.

5

கீழ்ப்படி

'கீழ்ப்படி' என்ற இப்பகுதி, இயேசுவை ஒரு பணியாளராக கற்பவர்களுக்கு அறிமுகம் செய்கிறது. பணியாளர்கள் மக்களுக்கு உதவி செய்கிறார்கள். அவர்களுக்குத் தாழ்மையான இதயமுண்டு. கீழ்ப்படியும் குணமுண்டு. இயேசுவும் அது போலவே பணி செய்தார். பிதாவுக்குக் கீழ்ப்படிந்திருந்தார். நாமும் இயேசுவைப் பின்பற்றி அவருக்கு ஊழியம் செய்கிறோம். எல்லா அதிகாரமும் உடையவராக அவர் நமக்கு நான்கு கட்டளைகள் கொடுத்துள்ளார். கீழ்ப்படிய, சீஷராக்க, ஞானஸ்நானம் கொடுக்க, மற்றும் அவரது கட்டளைகள் யாவற்றுக்கும் கீழ்ப்படிய கற்றுக்கொடுக்க. நாம் எப்போதும் நம்முடனே இருப்பார் என்று அவர் வாக்குக் கொடுத்துள்ளார். இயேசுவின் கட்டளைகளுக்கு நாம் உடனடியாகவும், எப்பொழுதும், முழு மன-துடனும் கீழ்ப்படியவேண்டும்.

நாம் எல்லோரும் வாழ்வில் புயல்களைச் சந்திக்கிறோம். இயேசுவின் கட்டளைகளுக்குக் கீழ்ப்படிகிற மனிதன் புத்தியாய் ஜீவிக்கிறான். புத்தியற்றவன் (கீழ்ப்பழயாதவன்) அப்படியல்ல. இறுதியாக அப்.29 வரை படத்தை ஆரம்பித்து, சீடத்துவ கருத்தரங்கின் முடிவில் தங்கள் அறுவடைக்காலத்தின் படத்தைச் சமர்ப்பிக்கிறார்கள்.

துதி

- தேவ பிரசன்னத்திற்காகவும், அவர் ஆசீர்வாதத்திற்காகவும் யாராவது ஒருவரை ஜெபிக்குமாறு கேட்டுக்கொள்ளுங்கள்.

- இரண்டு பாடல்கள் அல்லது கவிகளை சேர்ந்து பாடுங்கள்.

ஜெபம்

- பயிற்சி பெறுபவர்களை இரண்டிரண்டு பேராக பிரிக்கவும். ஒவ்வொருவரும், இதுவரை தாங்கள் கூட்டுசேராத ஒருவருடன் சேரவேண்டும்.

- ஒவ்வொருவரும் தங்கள் கூட்டாளியோடு, பின்வரும் கேள்விகளுக்கான பதில்களைப் பகிரவேண்டும்.

  1. நமக்குத் தெரிந்த, இரட்சிக்கப்படவேண்டியவர் களுக்காக எவ்வாறு ஜெபிக்கலாம்?

  2. நீங்கள் பயிற்சியளிக்கும் குழுவுக்காக எவ்வாறு ஜெபிக்கலாம்?

- பயிற்சிபெறும் சிலர் இன்னும் மற்றவர்களுக்கு பயிற்சியளிக்க துவங்கவில்லையானால், இனிவரும் காலத்தில் தாங்கள் பயிற்சியளிக்கக் கூடியவர்களுக்காக ஜெபிக்கலாம்.

- ஒவ்வொருவரும் தங்கள் கூட்டாளியோடு சேர்ந்து ஜெபிக்கவும்.

பாடம்

கோழி ஆட்டம

"நீங்கள் மறக்கக்கூடாத ஒன்றை நான் இப்பொழுது செய்யப்போகிறோம். வட்டமாக நின்று என்னைப் பாருங்கள். நான் செய்கிற ஒவ்வொன்றையும் அப்படியே செய்யுங்கள்."

- எல்லோரும் எளிதில் செய்யக்கூழய செய்கைகளை செய்யவும் - கொட்டாவிவிடுதல், முழங்கையைத் தேய்த்தல், கன்னத்தைத் தட்டுதல் போல பிறர் எளிதில் செய்யும் வண்ணம் மெதுவாகவும் எளிமையாகவும் செய்யவும்.

"என்னைப்போல செய்தல் சுலபமா? ஏன்?

"நான் எளிமையாக செய்ததால் நீங்கள் சுலபமாக செய்தீர்கள். இப்போது மீண்டும் நான் செய்வது போல் செய்யுங்கள்"

- ஒருவரும் செய்ய முடியாத சிக்கலான கிறுக்குத்தனமான சொந்தக் கற்பளை நடனங்கள் செய்க. சிலர் அதுபோல செய்ய முயல்வார்கள் பலர் இது செய்யமுடியாதது என்று சொல்லி சிரிப்பார்கள்.

"என்னைப்போல் செய்வது சுலபமாக இருந்ததா? ஏன்?

"நாங்கள் கற்றுத்தரும் பாடங்கள் எளிதானவை. ஏளிதாக திரும்பிச் செய்யக்கூடிவை. நாங்கள் இவ்வாறு செய்வதால் நீங்களும் அதே போல பிறருக்குக் கற்றுக்கொடுக்கமுடியும். ஒரு காரியம் மிகச் சிக்கலானதாக இருந்தால் பிறரோடு பகிர்ந்து கொள்ள இயலாது, இயேசு கற்பித்த முறையைக் கவனித்தால், அவர் எளிதான பாடங்களை மக்கள் நினைவிற்கொண்டு மற்றவர்களுக்கும் சொல்லிக் கொடுக்கும் விதத்தில் கற்பித்தார். நாங்களும் அவ்வாறே பிறருக்கு கற்பிக்கும்போது இயேசுவின் மாதிரியைப் பின்பற்றுகிறோம்.

மறுஆய்வு

ஒவ்வொரு மறுஆய்வு பகுதியும் ஒன்றுபோலவே இருக்கும். புயிற்சி பெறுபவர்களை எழுந்து நிற்கக்கூறி, முன்கற்றுக்கொண்ட பாடங்களை ஒப்பிக்குமாறு கேட்டுக்கொள்ளுங்கள். கை அசைவுகளையும், தவ-றாமல் செய்யுமாறு கூறுங்கள் முந்தின நான்கு பாடங்களையும் மறுஆய்வு செய்யவேண்டும்.

இயேசுவைப் பின்பற்ற உதவும் எட்டு வகையான படங்கள் யாவை?

இராணுவவீரர், தேடுபவர், மேய்ப்பர், விதைக்கிறவர், மகன், பரிசுத்தவான், வேலைக்காரர், உக்கிராணக்காரர்.

பெருக்கு

உக்கிராணக்காரன் செய்யும் மூன்று காரியங்கள் என்ன?

தேவன் மனிதனுக்கு கொடுத்த முதலாம் கட்டளை என்ன?

இயேசு கடைசியாக மனிதருக்கு அளித்த கட்டளை என்ன?

நான் கனிகொடுத்து பெருகச் செய்வது எப்படி?

இஸ்ரவேல் தேசத்திலிருக்கும் இரண்டு கடல்களின் பெயர்கள் என்ன?

அவை ஏன் வித்தியாசமாக இருக்கின்றன?

நீங்கள் அவ்விரண்டில் எதைப்போன்று இருக்க விரும்புகிறீர்கள்?

அன்பு செலுத்து

மேய்ப்பன் செய்யும் மூன்று காரியங்கள் என்ன?

மற்றவர்களுக்கு கற்றுத்தரும் முக்கிய கட்டளை என்ன? அன்பு எங்கிருந்து வருகிறது?

எளிய ஆராதனை என்பது என்ன?

எளிமையான துதி நமக்கு ஏன் தேவை?

எளிமையான துதி செய்ய எத்தனைபேர் தேவை?

ஜெபி

பரிசுத்தவான் செய்யும் மூன்று காரியங்கள் யாவை?

நாம் எப்படி ஜெபிக்க வேண்டும்?

தேவன் நம் ஜெபத்திற்கு எவ்வாறு பதிலளிப்பார்?

தேவனுடைய தொலைபேசி எண் என்ன?

இயேசு எப்படிப்பட்டவர்?

மாற்கு 10:45 அப்படியே மனுஷகுமாரனும் ஊழயம்கொள்ளும்படி வராமல், ஊழியம் செய்யவும் அநேகரை மீட்கும் பொருளாகத் தம்முடைய ஜீவனைக் கொடுக்கவும் வந்தார் என்றார்.

“இயேசு ஒரு பணியாளர்; தமது ஜீவனை மானிடருக்காய் ஈந்து தமது பிதாவுக்குச் சேவை செய்வதே அவரது பேரார்வமாக இருந்தது.

பணியாள்

சுத்தியால் அடிப்பதுபோல் செய்கை செய்.

ஒரு பணியாள் செய்யும் மூன்று வேலைகள் யாவை?

□பிலிப்பியர் 2: 5-8□ கிறிஸ்து இயேசுவிலிருந்த சிந்தையே உங்களிலும் இருக்கக்கடவது. அவர் தேவனுடைய ரூபமாயிருந்தும், தேவனுக்குச் சமமாயிருப்பதைக் கொள்ளையாடின பொருளாக எண்ணாமல், தம்மைத்தாமே வெறுமையாக்கி, அடிமையின் ரூபமெடுத்து மனுஷர் சாயலானார். அவர் மனுஷரூபமாய்க் காணப்பட்டு, மரண பரியந்தம், அதாவது சிலுவையில் மரண பரியந்தமும் கீழ்ப்படிந்தவராகி, தம்மைத்தாமே தாழ்த்தினார்.

1. பணியாளர் பிறருக்கு உதவுகிறார்கள்.

“நாம் மீண்டும் தேவனுடைய குடும்பத்தில் வந்து இணைவதற்காக இயேசு சிலுவையிலே மாரித்தார்.”

2. பணியாளர்கள் தாழ்மையுள்ளம் கொண்டவர்கள்.

3. பணியாளர்கள் தங்கள் எஜமானுக்குக் கீழ்ப்படிகிறார்கள்.

“இயேசு பிதாவுக்குக் கீழ்ப்படிந்தார். நாமும் நமது அதிகாரிகளுக்கு கீழ்ப்படிய வேண்டும்.”

“நமது பாவங்களுக்குக்காய் மரித்து, இயேசு நமக்கு உதவினார். அவர் தம்மைத்தாமே தாழ்த்தி, எப்போதும் பிதாவுக்குக் கீழ்ப்படிந்தார். இயேசு ஒரு பணியாளார். அவர் நம்மில் ஜீவிக்கிறார். நாம் அவரைப் பின்பற்றும்போது நாமும் பணியாளர்களாவோம். நாமும் பிறருக்கு உதவுவோம். தாழ்மை உள்ளம் கொண்டோராயிருப்போம். தமது எஜமானாகிய இயேசுவுக்குக் கீழ்ப்படிந்து நடப்போம்.”

இவ்வுலகில் மிக உயர்ந்த அதிக-ாரம் உள்ளவர் யார்?

□மத்தேயு 28:18□ இயேசு சமீபத்தில் வந்து அவர்களை நோக்கி: வானத்திலும் பூமியிலும் சகல அதிகாரமும் எனக்குக் கொடுக்கப்பட்டிருக்கிறது.

“வானத்திலும் பூமியிலும் மிகப் பெரிய அதிகாரி இயேசுவே. நமது பெற்றோர், ஆசிரியர்கள், அரசாங்க அதிகாரிகள் இவர்கள் எல்லாரையும்விட அதிகாரமுடையவர். இந்தப் பூமியிலுள்ள எல்லோருடைய அதிகாரத்தையும் ஒன்று சேர்த்தாலும் அதை விட அதிகாரமுடையவர். இவ்வாறு இருப்பதால் அவர் ஒரு கட்டளை கொடுத்தால் நாம் உடனடியாகக் கீழ்ப்படியவேண்டும்.”

விசுவாசிகளுக்கு இயேசு கொடுத்த நான்கு கட்டளைகள் யாவை?

□மத்தேயு 28:19-20□ஆகையால் நீங்கள் புறப்பட்டுப்போய், சகல ஜாதிகளையும் சீஷராக்கி பிதா குமாரன் பரிசுத்த ஆவியின் நாமத்திலே அவர்களுக்கு ஞானஸ்நானம் கொடுத்து, நான் உங்களுக்குக் கட்டளையிட்ட யாவையும் அவர்கள் கைக்கொள்ளும்படி அவர்களுக்கு உபதேசம் பண்ணுங்கள்.

போ

☝கைவிரல்களால் நடப்பதைப்போலச் செய்யுங்கள்

சீடராக்குங்கள்

☝எளிய ஆராதனையில் 4 பிரிவுகளுக்குமான கைக் செய்கை காட்டுங்கள் - துதி, ஜெபம், பாடம் படித்தல், பயிற்சி.

ஞானஸ்நானம் கொடுங்கள்

உங்கள் கையை மறு முழங்கையில் வைத்து மேலும் கீழும் அசைக்கவும்.

அவருடைய கட்டளைகள் யாவையும் கைக்கொள்ளக் கற்பியுங்கள்

படிப்பது போன்ற பாவனை செய்யவும். பின்பு புத்தகத்தை மேலும் கீழும் பக்கவாட்டிலும் அசைக்கவும் - பிறருக்குக் கற்பித்தல்.

இயேசுவுக்கு எவ்வாறு கீழ்ப்படிய வேண்டும்?

“நான் உங்களுக்கு மூன்று கதைகளைச் சொல்லப்போகிறேன். தேவன் விரும்பும் கீழ்ப்படிதலை விளக்கமாக நான் சொல்வதை நன்றாக கவனியுங்கள். உங்கள் கூட்டாளிகளுக்குக் கற்றுக் கொடுக்கும்போது இவைகளை திரும்பவும் சொல்லலாம்.”

எப்பொழுதும்

“ஒரு மகன் தன் தகப்பனிடம் வருடத்தில் ஒரு மாதம் தவிர பிற மாதங்களில் அவருக்குக் கீழ்ப்படிவதாக கூறினான். அந்த ஒரு மாதத்தில் அவன் விரும்பியபடி வாழ்வான் - குடிப்பான் பள்ளிகுக்ச் செல்லமாட்டான். தந்தை என்ன சொல்லியிருப்பார் என்று நினைக்கிறீர்கள்.?

“அதேபையன் அப்பாவிடம் வருடத்தில் ஒருவாரம் தவிர மற்ற எல்லா நாட்களிலும் கீழ்ப்படிந்து நடப்பேன் என்று சொன்னான். அந்த ஒரு வாரத்தில் தான் விரும்பியபடி வாழுவான் - குடிப்பான், வீட்டை விட்டு ஓடிப்போவான்□ தந்தை என்ன பதில் கூறியிருப்பார் என்று எண்ணுகிறீர்கள்?

“பின்பு அந்தப் பையன், வருடத்தில ஒரு நாள் தவிர் எல்லா நாட்களிலும் உங்களுக்குக் கீழ்ப்படிந்து நடப்பேன் என்று சொன்னான. அந்த நாளில் என் விருப்பப்படி வாழ்வேன் - கெ-

ாலை செய்வேன் - திருமணம் செய்துகொள்வேன் .. தந்தை என்ன சொல்லியிருப்பார்?

“நமது பிள்ளைகள் எப்போதும் நமக்குக் கீழ்ப்படிந்து நடக்கவேண்டும் என்று நாம் விரும்புவதைப்போலவே, இயேசுவும் தமக்கு நாம் எப்போதும் கீழ்ப்படிந்து வாழவேண்டும் என்று விரும்புகிறார்.”

எப்பொழுதும்
உங்கள் வலது கையை இடதுபுறம் தொடங்கி வலப்புறம் வரைக்கும் அசைத்துக் காட்டவும்.

உடனே

“ஒரு பெண்ணின் தாயார் மிகவும் சுகவீனமாக, மரிக்கும்தருவாயிலிருந்தார்கள். மகளை அழைத்து ஒரு டம்ளர் தண்ணீர் கொண்டுவரச் சொன்னார்கள். அவள், சரி அம்மா அடுத்தவாரம் தருகிறேன் என்றாள். அம்மா என்ன சொல்லியிருப்பார்கள் என்று நினைக்கிறீர்கள்.?

நமது பிள்ளைகள் நமக்கு உடனடியாகக் கீழ்ப்படியவேண்டும் என எதிர்பார்க்கிறோம் - அவரவர் வசதிப்படி அல்ல. அதுபோலவே, இயேசுவும் நமக்கு ஒரு கட்டளை கொடுத்தால் உடனே கீழ்ப்படிவோம் என எதிர்பார்க்கிறார்; பிறகு அல்ல உடனே.”

உடனே
கையை மேலிருந்து கீழே அசைக்கவும்

இதயத்திலிருந்து அன்பின் அடிப்படையில்

“ஒரு சமயம் ஒரு வாலிபன் திருமணம் செய்துகொள்ள விரும்பினான். நான் அவனுக்கு ஒரு இயந்திர மனிதனை மனைவியாக கொடுக்க எண்ணினேன். அவனுடைய எல்லாக் கட்டளைகளையும் அது செய்யும்: அவன் வேலையிலிருந்து வந்ததும், “நான் உன்னை மிகவும் நேசிக்கிறேன், நீ ஒரு கடின உழைப்பாளி” என்று சொல்லும்; அவன் அந்த இயந்திர மனைவிக்கு என்ன கட்டளையிட்டாலும் உடனே செய்யும்; “ஆம்

என் இனியவரே, நீங்கள் தான் உலகிலேயே மிகப் பெரிய மனிதன்” என்று சொல்லும். இந்த மனைவியைப்பற்றி அம்மனிதன் என்ன நினைப்பான் என்று நினைக்கிறீர்கள்?

“அன்பு, இதயத்திலிருந்து வரவேண்டுமே தவிர ஒரு எந்திரத்திடமிருந்து அல்ல. அதுபோலவே தேவனும் அன்புள்ளம் கொண்ட கீழ்ப்படிதலையே விரும்புகிறார்.”

அன்புள்ளத்திலிருந்து

கைகளை குறுக்காக மார்பின்மேல் வைக்க தம் பின்னர் துதி செலுத்தும் பாவனையாய் கரங்களை உயர்த்தவும்.

- மூன்று கைச் செய்கைகளையும் திரும்பத் திரும்ப செய்து பார்க்கவும். “எப்பொழுதும், உடனடியாக, அன்புள்ளத்திலிருந்து கீழ்ப்பழவதை இயேசு விரும்புகிறார்.”

“இயேசு விசுவாசிகளுக்கு நான்கு கட்டளைகள் கொடுத்துள்ளார். நாம் எவ்வாறு கீழ்ப்படிய வேண்டும்?”

அவர் நம்மைப் புறப்படச் சொல்லுகிறார்

நடப்பது போல் விரல்களை முன்னுக்கு அசைக்கவும்.

நாம் எவ்வாறு கீழ்ப்படிய வேண்டும்?

“எப்பொழுதும், உடனடியாக, அன்பின் அடிப்படையில்”

நம்மை சீடர்களாக்குமாறு கட்டளையிட்டார்.

எளிய ஆராதனையின் நான்கு செய்கைகளையும் செய்யவும் துதி, ஜெபம், பாடம், செயற்பயிற்சி.

நாம் எவ்வாறு கீழ்ப்படிய வேண்டும்?

“எப்பொழுதும், உடனடியாக, அன்பின் அடிப்படையில்”

ஞானஸ்நானம் கொடுக்கும்படி கட்டளையிட்டார்.

☝ உங்கள் இது கை உள்ளங்கையில் வலது முழங்கைகளால் பிடித்து, வலது கையை முன்னும் பின்னும் அசைக்கவும்.

நாம் எவ்வாறு கீழ்ப்படிய வேண்டும்?

"எப்பொழுதும், உடனடியாக, அன்பின் அடிப்படையில்"

அவர் கட்டளையிட்டதைக் கைக்கொள்ளுமாறு நாம் அவர்களுக்குக் கற்பிக்கவேண்டும்.

☝ கைகளைப்படிக்கும் பாவனையில் சேர்த்து பின்னர் புத்தகத்தை முன்னும் பின்னும் அரை வட்டத்தில் அசைக்கவும் - மக்களுக்கக் கற்பிப்பதைப்போல.

நாம் எவ்வாறு கீழ்ப்படிய வேண்டும்?

"எப்பொழுதும், உடனடியாக, அன்பின் அடிப்படையில்"

விசுவாசிகளுக்கு இயேசு வாக்களித்தது என்ன?

☐மத்தேயு 28:20☐ இதோ உலகத்தின் முடிவுபரியந்தம் சகல நாட்களிலும் நான் உங்களுடனே கூட இருக்கிறேன்.

"இயேசு எப்பொழுதும் நம்மோடிருக்கிறார் - இப்பொழுது, இங்கே."

மனப்பாட வசனம்

☐யோவான் 15:16☐ நான் என் பிதாவின் கற்பனைகளைக் கைக்கொண்டு அவருடைய அன்பிலே நிலைத்திருக்கிறதுபோல, நீங்களும் என் கற்பனைகளைக் கைக் கொண்டிருந்தால், அன்பிலே நிலைத்திருப்பீர்கள்.

- எல்லாரும் எழுந்து, மனப்பாட வசனத்தை பத்து முறை சேர்ந்து சொல்ல வேண்டும். முதல் ஆறு முறை வேதத்தையோ புத்தகத்தையோ பார்த்தும், பின் நான்கு முறை பார்க்காமலும், கூறவேண்டும். ஒவ்வொரு முறையும் வசனக்குறிப்பைக்கூறி பின் வசனத்தைக் கூறவேண்டும். பத்துமுறைக்கூறி முடித்தபின் பங்கேற்போர் உட்காரலாம்.

- இதன் மூலம் யாரெல்லாம் பயிற்சியில் பாடத்தை முடித்தார்களென்று பயிற்சியாளர் அறியமுடியும்.

செயற்பயிற்சி

- பங்கேற்பவர்கள் ஒவ்வொருவரும் தங்கள் கூட்டாளியுடன் முகம் பார்த்து உட்காரவேண்டும். பின், தன் கூட்டாளியோடு சேர்ந்து, ஒருவருக்கொருவர் பாடத்தைக் கற்றுக்கொடுக்கவேண்டும்.

  “ஒவ்வொரு ஜோடியிலும், உயரத்தில் பெரியவர் அந்த ஜோடியின் தலைவர்.”

- பக்கம் 32-இல் கொடுக்கப்பட்டுள்ள பயிற்சி பெறுவோரைப் பயிற்றுவித்தல் முறையைக் கடைப்பிடிக்கவும்.

- நீங்கள் கற்றுக்கொடுத்த இதே முறையில் கற்றுக்கொடுக்க வற்புறுத்துங்கள்.

  “கேள்விகள் கேட்டு, ந்னறாக வசனங்களை வாசித்து. கேள்விகளுக்குப் பதிலைக் கண்டு பிடியுங்கள். நான் செய்தமுறைப்படியே ஒருவருக்கொருவர் பாடத்தை நடத்திய பிறகு, இப்பயிற்சிக்கு வெளியே உள்ள ஒருவரிடம் பாடத்தைப் பகிர்ந்து கொள்ளவும். இப்பயிற்சியில் பங்குபெறாதவர்களில் ஒருவர் பெயரை போதித்து பாடப்பகுதியின் தலைப்பில் குறித்துக் கொள்ளவும்.”

முடிவு

உண்மையான அஸ்திபாரத்தின்மேல் கட்டுதல

- மூவரைத் தானாக முன்வருமாறு அழையுங்கள். இருவர் நடிக்கவும் ஒருவர் நிகழ்ச்சித் தொகுப்பாளராகவும், இருவரை உங்களுக்கு முன்பும், ஒருவரைப் பக்கத்திலும் நிறுத்துங்கள். நாடகம் நடிப்போர் இருவரும் ஆண்களாக இருக்கவேண்டும்.

- தொகுப்பாளர் மத்தேயு 7:24-25ஐ வாசிக்கவும்.

  "புத்தியுள்ள மனுஷன் க்றபறையின் மேல் தன் வீட்டைக்கட்டினவன்"

  □மத்தேயு 7:24.25□ ஆகையால், நான் சொல்லிய இந்த வார்த்தைகளைக் கேட்டு, இவைகளின்படி செய்கிறவன் எவனோ, அவனைக் கன்மலையினமேல் என் வீட்டைக் கட்டின புத்தியுள்ள மனுஷனுக்கு ஒப்பிடுவேன். பெரு-மழை சொறிந்து, பெரு வெள்ளம் வந்து, காற்று அடித்து, அந்த வீட்டின் மேல் பொழிந்தாலும் அது விழவில்லை ஏனென்றால் அது கன் மலையின் மேல் அஸ்திபாரம் போடப்பட்டிருந்தது.

- தொகுப்பாளர் வாசித்து முடித்தவுடன், முதல் பயிற்சியாளர் தலை மீது தண்ணீர் கொட்டுவது போலவும், காற்று வீசுவது போலவும் ஓசை எழுப்பி, புத்தியுள்ள மனுஷனுக்கு நேரிட்டதை விவரிக்கவும்

- தண்ணீர் பாட்டிலை நாடகத்திற்கு முன்பே ஒளித்து வைக்கவும்.

- தொகுப்பாளர் மத்தேயு 7:26,27-ஐ வாசிக்க வேண்டும்.

  "புத்தியில்லாத மனுஷன் தன் வீட்டை மணலின்மேல் கட்டுகிறான்."

  □மத்தேயு 7:26,27□ நான் சொல்லிய இந்த வார்த்தைகளைக் கேட்டு, இவைகளின்படி செய்யாதிருக்கிறவன் எவனோ, அவன் தன் வீட்டை

மணலின் மேல் கட்டின புத்தியில்லாத மனுஷனுக்கு ஒப்பிடப்பாவான். பெருமழை சொரிந்து, பெருவெள்ளம் வந்து, காற்று அடித்து, அந்த வீட்டின் மேல் மோதினபோது அது விழுந்தது. விழுந்து முழுவதும் அழந்தது என்றார்.

- இரண்டாம் ஆண் மீது தண்ணீர் கொட்டி, காற்றடிப்பதுபோல ஒலி எழுப்பி, புத்தியில்லாத மனுஷனுக்கு நேரிட்டதை விவரிக்கவும். 'அந்த வீட்டின் அழிவு மிகப் பெரியது' என்று நீங்கள் சொல்லும்போது அவர் கீழே விழுந்து விடவேண்டும்.

  "இயேசுவின் வார்த்தைகளுக்குக் கீழ்ப்படியும் போது புத்தியுள்ள மனுஷனைப் போலவும், கீழ்ப்படியாதபோது புத்தியில்லாத மனுஷனைப் போலவும் இருக்கிறோம். கஷ்டங்கள் வரும்போது ஆண்டவரின் வார்த்தைகள் பலமான அஸ்திபாரம் போன்றவை. எனவே நமது பயிற்சிபெறுவோர் அனைவரும் இயேசுவின் கட்டளைகள் மேல் தங்கள் வாழ்க்கையைக் கட்டுவார்கள் என எதிர்பார்க்கிறோம்."

அப். நடபடிகள் 29 வரைபடம் பகுதி 1

- உண்மையான அஸ்திபாரம் என்ற நாடகம் முடிந்தபிறகு பயிற்சிபெறுபவர்கள் ஒவ்வொருவருக்கும் விளம்பரத்தாள், பேனா, பென்சில், வர்ணப் பென்சில்கள் முதலியவற்றைக் கொடுக்கவும்.

- தேவன் தங்களை அனுப்புகிற இடத்தின் வரை படத்தை அவர்கள் தயாரிக்கவேண்டும் என்பதை விவரிக்கவும். இந்தப் பயிற்சியின் பல்வேறு தருணங்களில் அவர்கள் இந்த வரை படத்ததை வரைந்து பூர்த்தி செய்யலாம். மாலை வேளை-களையும் பயன்படுத்தலாம். உலகத்திற்குள் செல்லும்படி இயேசு கூறிய கட்டளைக்கு எவ்வளவு தூரம் கீழ்ப்படிகிறார்கள் என்பதை இது காட்டும்.

- தேவன் தங்களை அனுப்பும் இடங்களைக்குறிக்கவும் சாலை-லகள், ஆறுகள், முக்கிய இடங்கள் மலைகள் போன்றவை. குறிப்பான இடங்களை அறியாதவர்கள் தாங்கள் வசிக்குமிடம், பணிபுரியும் இடம், தங்களுக்கு அருமையானவர்கள் வசிக்கும் இடங்கள் ஆகியவற்றை வரையலாம். இந்த வரைபடத்தை ஆரம்பிக்க இது மிகச்சிறந்த ஓர் இடம்.

வரைபடத்தில் குறிக்கக்கூடிய சில குறிப்புகள்

வீடு

மருத்துவமனை

கோவில்

ஆலயம்

வீட்டுசபை

ராணுவதளம்

மசூதி

பள்ளிக்கூடம்

கடை வீதி

சில ஆலோசனைகள்

- ஒரு தோராயமான வரைபடம் முதலிலும், நல்ல தாளில் சிறந்தபடி பின்னரும் எடுத்தல் நலம்.
- அறையைச் சுற்றி நடந்து மற்றவர்கள் எப்படி செய்கிறார்கள் என்று அறியவும். புதிய கருத்துக்கள் கிடைக்க வாய்ப்பு உண்டு.
- தங்களது வரைபடத்தினை குழுவின் முன்னர், பயிற்சி முழந்ததும் காண்பிக்கவேண்டும் என்பதை புரிந்து கொள்ளுதல்.
- வர்ணப் பொருட்களைப் பயன்படுத்தி வரை படத்தைச் சிறப்பாகச் செய்யவும்.

My Acts 29
School
Bible School
RIVER
RIVER
Lake
Football Field
Military Base

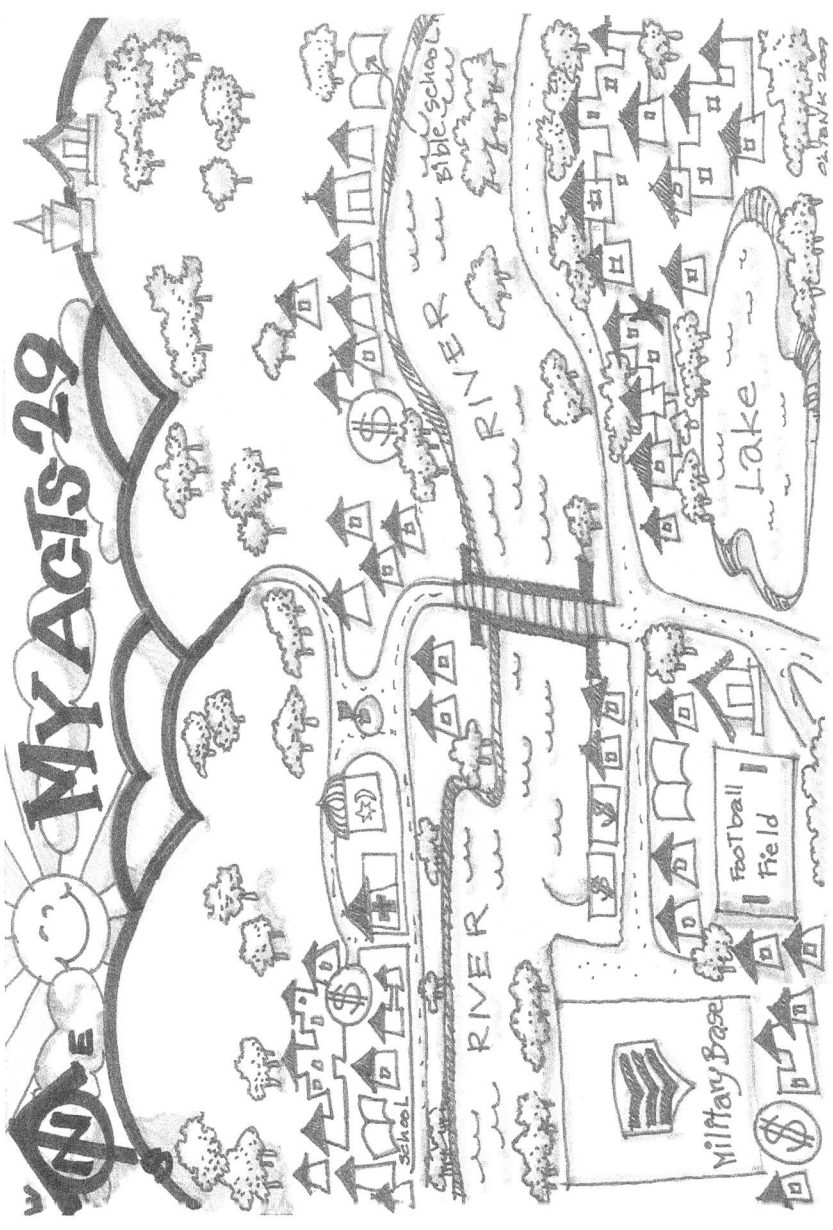

6

நட

“நட” என்ற இந்தப் பகுதி பயிற்சி பெறுவதை மகனாகிய கிறிஸ்துவுக்கு அறிமுகப்படுத்துகிறது் ஒரு மகன் அல்லது மகள் தன் தகப்பனிடத்தில் மரியாதை செலுத்துகிறான்(ள்) ˙ தன் குடும்பம் ஒன்றுபட்டிருக்க வேண்டுமென்று விரும்புகிறான்(ள்) ˙ தன் குடும்பம் வெற்றி பெற ஆசைப்படுகிறான். பிதாவாகிய தேவன் இயேசு கிறிஸ்துவை ‘நேசக்குமாரன்’ என்று அழைத்தார் இயேசுவின் ஞானஸ்நானத்தின்போது பரிசுத்த ஆவியானவர் அவர்மீது இறங்கினார். பரிசுத்த ஆவியின் வல்லமையில் இயேசு சார்ந்திருந்ததினால், தன் ஊழியத்தை வெற்றியுடன் செய்துமுடித்தார்.

அதுபோலவே, நம் வாழ்க்கையில் பரிசுத்த ஆவியின் வல்லமையை நாம் சார்ந்திருக்கவேண்டும். பரிசுத்த ஆவியைக்குறித்து நமக்கு நான்கு கட்டளைகள் உள்ளன: பரிசுத்த ஆவியில் நடவுங்கள், பரிசுத்த ஆவியைத் துக்கப்படுத்தாதிருங்கள், ஆவியில் நிறைந்திருங்கள், ஆவியை அவித்துப்போடாதிருங்கள். இயேசு கலிலேயாவின் வீதிகளிலிருந்தவர்களுக்கு உதவி செய்ததுபோல நம்முடனேயிருந்து நமக்கு உதவிசெய்ய விரும்புகிறார். இயேசுவைப் பின்பற்றுவதில் ஏதேனும் தடை நம் வாழ்க்கையில் இருக்குமேயானால், அதிலிருந்து விடுதலைபெற நாம் இயேசுவை அழைக்கவேண்டும்.

துதி

- தேவபிரசன்னத்துக்கும், அவர் ஆசீர்வாதத்துக்கும் ஒருவரை ஜெபிக்க அழையுங்கள்.

- இரண்டு பாடல்கள் அல்லது கவிகளைச் சேர்ந்து பாடுங்கள்.

ஜெபம்

- பயிற்சிபெறுபவர்களை இரண்டிரண்டு பேராக பிரிக்கவும். ஒவ்வொருவரும், இதுவரை தாங்கள் கூட்டு சேராத ஒருவருடன் சேரவேண்டும்.

- ஒவ்வொருவரும் தங்கள் கூட்டாளியோடு பின்வரும் கேள்விகளுக்கு பதிலை பகிரவேண்டும்.

  1. நமக்குத் தெரிந்த, இரட்சிக்கப்பட வேண்டியவர் களுக்காக எவ்வாறு ஜெபிக்கலாம்?

  2. நீங்கள் பயிற்சியளிக்கும் குழுவுக்காக எவ்வாறு ஜெபிக்கலாம்?

- பயிற்சி பெறும் சிலர் இன்னமும் மற்றவர்களைப் பயிற்றுவிக்க துவங்கவில்லையானால், இனிவரும் காலத்தில், தாங்கள் பயிற்றுவிக்கக் கூடியவர்களுக்காக ஜெபியுங்கள்.

- ஒவ்வொருவரும் தங்கள் கூட்டாளியோடு ஜெபிக்கவும்.

பாடம்

பெட்ரோல் காலி

"என் மோட்டர் பைக்கில் பெட்ரோல் நிரப்பாமல், போகும் இடங்களுக்கெல்லாம் தள்ளிக்கொண்டு சென்றால் என்ன நினைப்பீர்கள்?"

- யாராவது ஒருவர் தானாக முன்வரும்படி அழையுங்கள் அவர் உங்கள் "மோட்டார் பைக்காக" செயல்படுவார். உங்கள் மோட்டார் பைக்கை நீங்கள் போகும் எல்லா இடங்களுக்கும் தள்ளிக்கொண்டு போவீர்கள். அலுவலகம், பயிற்சி ஸ்தலம், மார்க்கெட், நண்பர்கள் வீடு போன்ற எல்லா இடங்களுக்கும். நண்பர் வீட்டுக்குச் செல்லும்போது உங்கள் பைக்கில் உங்களோடு வரவேண்டுமென்று நண்பர் கேட்பார். அவர்களை பைக்கில் ஏற்றி, அவரையும் சேர்த்து தள்ளிக்கொண்டு போவீர்கள். இது எவ்வளவு கடினமானது என்று காண்பியுங்கள்.

"உங்கள் பைக்கில் பெட்ரோல் நிரப்பி அதை ஓட்டிக்கொண்டு போனால், இந்த காரியங்களெல்லாம் எவ்வளவோ சுலபமாக இருக்கும் அல்லவா?"

- சாவியைப் போட்டு, பைக்கை உதைத்து ஸ்டார்ட் செய்யுங்கள். மோட்டார் பைக்கைப்போல சப்தம் வரும்படி செய்யுங்கள்.

- மோட்டார் பைக் சப்தம் நின்றுபோனால், அதை நிறுத்தி பல-முறை "சரிபார்க்க" வேண்டிவரலாம். பைக்கில் பெட்ரோல் இல்லாதபோது செய்த எல்லாவற்றையும் இப்போது செய்யலாம். ஆனால் இப்போது பைக்கை தள்ள வேண்டியில்லாததால் மிகவும் எளிதான காரியமாயிருக்கும். நண்பர் யாராவது பைக்கில் கூட வர விரும்பினால், ஏற்றிக்கொண்டு கூறுங்கள். "பிரச்சினையேயில்லை. இப்போது எனக்கு அதிக 'சக்தி' உண்டு."

- இந்த பைக் நம் ஆவிக்குரிய வாழ்க்கையைப்போன்றது. பலர் தங்கள் ஆவிக்குரிய வாழ்க்கையில் தங்கள் பெலனை மட்டும் நம்பி, பைக்கை தள்ளுவதுபோல் தள்ளிக்கொண்டு போகிறார்கள். அதின் விளைவாக, தங்கள் கிறிஸ்தவ வாழ்க்கை கடினமா-கி, விட்டுவிடலாம் என்ற நிலைக்கு வருகிறார்கள். ஆனால் சிலரோ, தங்கள் வாழ்வில் பரிசுத்த ஆவியின் வல்லமையை கண்டறிகிறார்கள். ஆவியானவர், நம் வாழ்க்கையில் பைக்குக்கு பெட்ரோல் போன்றவர். இயேசு கிறிஸ்து கட்டளையிடும் யாவற்றையும் செய்ய பரிசுத்த ஆவியானவர் நமக்குத் தேவை-யான பலனைத் தருகிறார்.

மறு ஆய்வு

ஒவ்வொரு மறு ஆய்வு நேரமும் ஒன்று போலதான். பங்கேற்பவர்களை எழுந்து நிற்குமாறு கேட்டுக்கொண்டு முன்னர் கற்றுக்கொண்ட பாடங்களை திரும்பிக்கூற சொல்லுங்கள் கை அசைவுகளையும் செய்கிறார்கள் என்று உறுதிபடுத்துங்கள்.

இயேசுவைப் பின்பற்ற உதவும் எட்டு வகையான படங்கள் என்ன?

போர் சேவகர்கள், மேய்ப்பன், விதைக்கிறவர், மகன், பரிசுத்தவான், பணியாள், உக்கிராணக்காரன்.

பெருக்கு

உக்கிராணக்காரன் செய்யும் மூன்று காரியங்கள் என்ன?

தேவன் மனிதனுக்கு கொடுத்த முதலாம் கட்டளை என்ன?

இயேசு கடைசியாக மனிதருக்கு அளித்த கட்டளை என்ன?

நான் கனிகொடுத்து பெருகச் செய்வது எப்படி?

இஸ்ரவேல் தேசத்திலிருக்கும் இரண்டு கடல்களின் பெயர்கள் என்ன?

அவை ஏன் வித்தியாசமாக இருக்கின்றன?

நீங்கள் அவ்விரண்டில் எதைப்போன்று இருக்க விரும்புகிறீர்கள்?

அன்பு செலுத்து

மேய்ப்பன் செய்யும் மூன்று காரியங்கள் என்ன?

மற்றவர்களுக்கு கற்றுத்தரும் முக்கிய கட்டளை என்ன? அன்பு எங்கிருந்து வருகிறது?

எளிய ஆராதனை என்பது என்ன?

எளிமையான துதி நமக்கு ஏன் தேவை?

எளிமையான துதி செய்ய எத்தனைபேர் தேவை?

ஜெபி

பரிசுத்தவான் செய்யும் மூன்று காரியங்கள் யாவை?

நாம் எப்படி ஜெபிக்க வேண்டும்?

தேவன் நம் ஜெபத்திற்கு எவ்வாறு பதிலளிப்பார்?

தேவனுடைய தொலைபேசி எண் என்ன?

கீழ்ப்படி

வேலையாள் செய்யும் மூன்று காரியங்கள் என்ன?

மிக உயர்ந்த அதிகாரம் யாருக்கு உள்ளது?

ஒவ்வொரு விசுவாசிக்கும் இயேசு கொடுத்த நான்கு கட்டளைகள் யாவை?

இயேசு நமக்கு என்ன வாக்குத்தத்தம் அளித்திருக்கிறார்?

இயேசு எப்படிப்பட்டவர்?

▢ மத். 3:16-17 ▢ "இயேசு ஞானஸ்நானம் பெற்று, ஜலத்திலிருந்து கரையேறினவுடனே, இதோ, வானம் அவருக்குத் திறக்கப்பட்டது தேவ ஆவி புறாவைப்போல இறங்கி, தம்மேல் வருகிறதைக் கண்டார். அன்றியும், வானத்திலிருந்து ஒரு சத்தம் உண்டாகி, இவர் என்னுடைய நேசக்குமாரன், இவரில் பிரியமாயிருக்கிறேன் என்று உரைத்தது.

"இயேசு ஒரு மகன். 'மனிதகுமாரன்' என்ற வாக்கை இயேசு தம்மைக்குறித்து கூற விரும்பி உபயோகித்த ஒரு வார்த்தை. என்றென்றுமுள்ள தேவனை இயேசுவே முதன்முதலாக 'அப்பா' என்று அழைத்தார். அவர் உயிர்த்தெழுதலின்மூலம், நாமும் தேவனின் குடும்பத்தின் அங்கமாகலாம்."

மகள்/மகன்
✋ கையை எடுத்து சாப்பிடும் சைகையை காட்டுங்கள்.
மகன்கள் அதிகமாக சாப்பிடுவார்கள்!

ஒரு மகன் செய்யும் மூன்று காரியங்கள் என்ன?

▢ யோ.17:4, 18-12 ▢ (இயேசு கூறுகிறார்) பூமியிலே நான் உம்மை மகிமைப்படுத்தினேன் நான் செய்யும்படி நீர் எனக்கு நியமித்த கிரியையைச் செய்து முடித்தேன். நீர் என்னை உலகத்தில் அனுப்பினதுபோல, நானும்

அவர்களை உலகத்தில் அனுப்புகிறேன். அவர்களும் சத்தியத்தினாலே பரிசுத்தமாக்கப் பட்டவர்களாகும்படி, அவர்களுக்காக நான் என்னைத்தானே பரிசுத்தமாக்குகி றேன். நான் இவர்களுக்காக வேண்டிக் கொள்ளுகிறது மல்லாமல், இவர்களுடைய வார்த்தையினால் என்னை விசுவாசிக்கிறவர்களுக்காகவும் வேண்டிக் கொள்ளுகி றேன். அவர்களெல்லாரும் ஒன்றாயிருக்கவும், பிதாவே நீர் என்னை அனுப்பினதை உலகம் விசுவாசிக்கிறதற் காக நீர் என்னிலேயும் நான் உம்மிலேயும் இருக்கிறதுபோல அவர்களெல்லாரும் நம்மில் ஒன்றாயிருக்கவும் வேண்டிக்கொள்ளுகிறேன்.

1. மகன்கள் தகப்பனை கனம்பண்ணுகிறவர்கள்.

இயேசு உலகத்திலிருக்கும்போது, பிதாவுக்கு மகிமையைக் கொண்டுவந்தார்.

2. மகன்கள் குடும்பத்தில் ஒற்றுமையை விரும்புவார்கள்.

இயேசுவும் தன் பிதாவும் ஒன்றாயிருக்கிறதுபோல, தம்மை பின்பற்றுகிறவர்களும், ஒன்றாயிருக்க விரும்புகிறார்.

3. குடும்பம் வெற்றிபெற மகன்கள் விரும்புவார்கள்

உலகம் வெற்றி பெறுவதற்காக தேவன் இயேசுவை உலகத்திற்கு அனுப்பினதுபோல், இயேசுவும் நாம் வெற்றிபெற நம்மை அனுப்புகிறார்.

“இயேசு ஒரு மகன், அவர் நம்மில் ஜீவிக்கிறார். நாம் அவ‍ரைப் பின்பற்றும்போது, அவருடைய பிள்ளைகளாகிறோம். நாம் பரலோக தகப்பனை கனம்பண்ணி, தேவனுடைய குடும்பத்தில் ஒற்றுமையை விரும்பி, தேவனுடைய இராஜ்ஜியம் வெற்றிபெற உழைக்க வேண்டும்.”

இயேசுவின் ஊழியம் எதனால் வெற்றியாக இருந்தது?

லூக்கா 4:14 (அவர் சோதிக்கப்பட்டபின்) இயேசு

ஆவியானவருடைய பலத்தினாலே கலிலேயாவுக்குத் திரும்பிப்போனார். அவருடைய கீர்த்தி சுற்றிலும் இருக்கிற தேசமெங்கும் பரம்பிற்று.

“பரிசுத்த ஆவியானவர் இயேசு வெற்றிபெறுவதற்கான வல்லமையைத் தந்தார். இயேசு தம் பெலத்தினால் அல்ல, ஆவியின் வல்லமையினால் ஊழியம் செய்தார். நாம் இயேசுவை பின்பற்றும்போது, அவர் ஊழியம் செய்ததுபோலவே செய்யவேண்டும். இயேசு எப்பொழுதும் பரிசுத்த ஆவியின் வல்லமையைச் சார்ந்திருந்தார். இயேசுவே அவ்வாறு பரிசுத்த ஆவியின் வல்லமையைச் சார்ந்திருந்தாரென்றால், நாம் எவ்வளவு அதிகமாக அப்படி சார்ந்திருக்கவேண்டும்!”

சிலுவை மரணத்திற்கு முன்னதாக இயேசு விசுவாசிகளுக்கு பரிசுத்த ஆவியைக்குறித்து என்ன வாக்களித்தார்?

□யோவான் 14:16-18□ நான் பிதாவை வேண்டிக்கொள்ளுவேன், அப்பொழுது என்றென்றைக்கும் உங்களுடனேகூட இருக்கும்படிக்குச் சத்திய ஆவியாகிய வேறொரு தேற்றரவாளனை அவர் உங்களுக்குத் தந்தருளுவார். உலகம் அந்தச் சத்திய ஆவியானவரைக் காணாமலும், அறியாமலும் இருக்கிறபடியால் அவரை பெற்றுக்கொள்ள மாட்டாது, அவர் உங்களுடனே வாசம்பண்ணி உங்களுக்குள்ளே இருப்பதால், நீங்கள் அவரை அறிவீர்கள். நான் உங்களை திக்கற்றவர்களாக விடேன், உங்களிடத்தில் வருவேன்.

1. அவர் நமக்கு பரிசுத்த ஆவியைத் தருவார்.

2. பரிசுதத ஆவியானவர் நம்மோடே என்றைக்கும் இருப்பார்.

3. பரிசுத்த ஆவி நமக்குள் இருப்பார்.

4. நாம் எப்பொழுதும் தேவனின் குடும்பத்தின் அங்கமாக இருப்போம்.

“பரிசுத்த ஆவி நமக்குள் வாசம்பண்ணுவதால், நாம் அவருடைய குடும்பத்தின் அங்கமாயிருக்கிறோம்.”

உயிர்த்தெழுந்த பின்னர் இயேசு விசுவாசிகளுக்கு பரிசுத்த ஆவியைக்குறித்து என்ன வாக்களித்தார்?

□அப்.1:8□ பரிசுத்த ஆவி உங்களிடத்தில் வரும்போது நீங்கள் பெலனடைந்து, எருசலேமிலும், யுதேயா முழுவதிலும், சமாரியாவிலும், பூமியின் கடைசி பரியந்தமும், எனக்குச் சாட்சிகளாயிருப்பீர்கள்.

“பரிசுத்த ஆவி நம்மிடத்தில் வரும்போது, நமக்கு வல்லமையை தருவார்.”

பரிசுத்த ஆவியைக்குறித்து நாம் கீழ்ப்படிய வேண்டிய நான்கு கட்டளைகள் என்ன?

□கலா.5:16□ ஆவிக்கேற்றபடி நடந்துகொள்ளுங்கள். அப்பொழுது மாம்ச இச்சையை நிறைவேற்றாதிருப்பீர்கள்.

ஆவிக்கேற்றபடி நடப்பது

- ஒரு உதவியாளரை அழைக்கவும். கூட்டாளிகள் ஆண்∴ ஆண் அல்லது பெண்∴பெண்ணாக இருக்கவேண்டும். ஆண∴ பெண்ணாக இருக்கக்கூடாது. (கலாச்சார ரீதியாக, ஆண்-பெண் சேர்ந்து குறுநாடகம் நடிப்பது சரியாக இருந்தால் மட்டுமே ஆண்-பெண் கூட்டாளியாக அமையுங்கள்).

  “நானும் என் கூட்டாளியும், பரிசுத்த ஆவியினால் நடப்பதைக் குறித்து சில உண்மைகளை உங்களுக்கு காண்பிக்கப்போகிறோம். இந்த குறுநாடகத்தில், நான் நானாக நடிக்கிறேன். என் கூட்டாளி பரிசுத்த ஆவியாக நடிக்கிறார். வேதம் கூறுகிறது. ‘ஆவிக்கேற்றபடி (ஆவியின்படி) நடவுங்கள்’.”

- ஆவிக்கேற்றபடி நடப்பதை உங்கள் கூட்டாளியோடு சேர்ந்து செய்து காண்பியுங்கள். உங்கள் கூட்டாளி “பரிசுத்த ஆவியாக” இருக்கட்டும். நீங்கள் இருவரும், கைகோர்த்து ஒன்றாக நடந்து,

பேசுங்கள். பரிசுத்த ஆவி எங்கேயாவது போக விரும்பினால், அவரோடு செல்லுங்கள். ஒரு சில சமயங்களிலோ, அவரைவிட்டு தனியே செல்ல முயற்சியுங்கள். பரிசுத்த ஆவி நம்மை விட்டு விலகாதிருப்பதால், நீங்கள் இருவரும் ஒன்றாகவே இருங்கள். ஆனால் நீங்கள் இருவரும் வெவ்வேறு பாதைகளில் செல்வதினால் உண்டாகும் போராட்டத்தை செய்து காண்பியுங்கள்.

"பரிசுத்த ஆவியானவர் விரும்பும் பாதையில் நடக்கவேண்டும், நம் சுய விருப்பத்தின்படி அல்ல. சில சமயங்களில் நாம் விரும்பும் பாதையில் செல்ல தோன்றும். ஆனால் அது ஆவிக்குரிய பிரச்சனைகளையும், நம் இருதயத்தில் மிகுந்த போராட்டத்தையும் உண்டாக்குகிறது."

ஆவிக்கேற்றபடி நடவுங்கள்
✋ இரு கரங்களில் விரல்களினால் நடந்து காண்பியுங்கள்.

▢எபே.4:30▢ நீங்கள் மீட்கப்படும் நாளுக்கென்று முத்திரையாகப் பெற்ற தேவனுடைய பரிசுத்த ஆவியைத் துக்கப்படுத்தாதிருங்கள்.

ஆவியைத் துக்கப்படுத்தாதிருங்கள்

"வேதம் கூறுகிறது, 'பரிசுத்த ஆவியைத் துக்கப்படுத்தாதிருங்கள்' என்று. பரிசுத்த ஆவியானவருக்கு உணர்ச்சிகளுண்டு. நம் செய்கைகளினால் அவரை துக்கப்படுத்தக் கூடும்."

• உங்கள் கூட்டாளி (பரிசுத்த ஆவியானவர்)யோடு நடந்த வண்ணம், குழுவில் உள்ள யாரையாவது பற்றி புறங்கூறுங்கள். நீங்கள் இதைச் செய்யும்போது, பரிசுத்த ஆவியானவர் துக்கப்பட துவங்குகிறார். மற்றொருவரோடு சண்டைபோடுவதுபோல செய்யுங்கள் பரிசுத்த ஆவியானவர் மறுபடியும் துக்கப்படுகிறார்.

"பரிசுத்த ஆவியானவர் உங்களில் இருப்பதினால் அவரை நீங்கள் துக்கப்படுத்தக்கூடும் எனவே எப்படி வாழ்க்கையை நடத்துகிறீர்கள் என்று கவனமாக இருங்கள். நம் வார்த்தைகளினாலும் செயல்களினாலும் பரிசுத்த ஆவியைத் துக்கப்படுத்தக்கூடும்."

பரிசுத்த ஆவியைத் துக்கப்படுத்தாதிருங்கள்.

✋அழுவதைப்போல கண்களை கசக்கி, பின்தலையை "இல்லை" என்றவண்ணம் ஆட்டுங்கள்.

⬜எபே.5:18⬜ துன்மார்க்கத்துக்கு ஏதுவான மதுபான வெறிகொள்ளாமல், ஆவியினால் நிறைந்து...

ஆவியினால் நிறைந்திருங்கள்

"'ஆவியினால் நிறைந்திருங்கள்' என்று வேதம் கூறுகிறது. அப்படியென்றால், நம் வாழ்க்கையின் ஒவ்வொரு பகுதியிலும், எல்லா நாட்களிலும் எல்லா நேரத்திலும், நமக்கு பரிசுத்த ஆவியானவர் தேவை.

"கிறிஸ்துவை நம் வாழ்வில் ஏற்றுக்கொண்டபொழுது, இந்த உலகத்தில் நாம் பரிசுத்த ஆவியை பெற்றுக்கொள்ளக்கூடிய அளவு முழுவதுமாக பெற்றுக்கொண்டுவிட்டோம். இன்னும் அதிகமாக பரிசுத்த ஆவியைப் பெற்றுக்கொள்ள இயலாது. ஆனால், பரிசுத்த ஆவியானவரால் இன்னும் அதிகமாக நம்மைப் பெற முடியும்! ஒவ்வொரு நாளும், நம் வாழ்க்கையில் அவர் எவ்வளவு இடம்பெறுகிறார் என்று நாம் உறுதி செய்கிறோம். நம் வாழ்வின் எல்லாப் பகுதிகளிலும் அவர் நம்மை நிரப்புவதற்காகவே இந்த கட்டளை அமைந்துள்ளது."

ஆவியினால் நிறைந்திடுங்கள்
✋தலைமுதல் பாதம்வரை உங்கள் கரங்களினால் ஒரு வழிந்தோடுகிறது போன்ற செய்கை செய்து காண்பியுங்கள்.

⬜1 தெச.5:19⬜ ஆவியை அவித்துப்போடாதிருங்கள்.

ஆவியை அவித்துப்போடாதிருங்கள்

"வேதம் 'ஆவியை அவித்துப்போடாதிங்கள' என்று கூறுகி-றது. இதற்கு அர்த்தம், அவர் நம் வாழ்வில் செயல்படுகிறதை நிறுத்த முயற்சிக்கக்கூடாதென்பதாகும்."

- உங்கள் கூட்டாளியான பரிசுத்த ஆவியோடு சுற்றி நடந்தவண்ணம், பரிசுத்த ஆவி ஒருவரிடம் சாட்சி பகருமாறு விரும்புகிறார் என்று குழுவிடம் கூறுங்கள். ஆனால், அவ்வாறு சாட்சி கூறுவதற்கு பதில், ஒரு சாக்குக் கூறி சென்றுவிடுங்கள். ஒரு நோயாளிக்காக ஜெபிக்குமாறு பரிசுத்த ஆவி உங்களிடம் கூறுகிறார். ஆனால் நீங்கள் மற்றொரு சாக்குக்கூறி, மறுத்துவிட்டு, வேறுபக்கம் போகிறீர்கள்.

"பரிசுத்த ஆவியானவரின் நடத்துதலின்படி நடவாமல், பல சாக்குகளைக்கூறி, நம் விருப்பத்திற்கேற்றபடி செய்வதன்மூலம் தேவனுடைய செயல்பாட்டிற்கு நாம் தடையாக இருக்கிறோம். நாம் சில காரியங்களை செய்யாமலும் சொல்லாமலும் இருப்பதன்மூலம், பரிசுத்த ஆவியை அவித்துப்போடுகிறோம். இது, நம் வாழ்க்கையில் பரிசுத்த ஆவி என்னும் தீயை அவித்துப்போடுகிறது போலாகும்."

ஆவியை அவித்துப்போடாதிருங்கள்

உங்கள் வலது கைகாட்டி விரலை ஒரு மெழுகுவர்த்திபோல பிடித்து, அதை அணைப்பதைப்போலச் செய்யுங்கள். பின், தலையைத் துலுக்கி, இல்லை என்று சைகை செய்யுங்கள்.

மனப்பாட வசனம்

யோவான 7:37-38 ஒருவன் தாகமாயிருந்தால் என்னிடத்தில் வந்து பானம்பண்ணக்கடவன் என்னிடத்தில் விசுவாசமாயிருக்கிறவன் எவனோ அவன் உள்ளத்திலிருந்து ஜீவத்தண்ணீருள்ள நதிகள் ஓடும்.

- எல்லாரும் எழுந்து, மனப்பாட வசனத்தை பத்து முறை சேர்ந்து சொல்ல வேண்டும். (முதல் ஆறு முறை வேதத்தையோ புத்தகத்தையோ பார்த்தும், பின் நான்கு முறை பார்க்காமலும், கூறவேண்டும். ஒவ்வொரு முறையும் வசனக்குறிப்பைக்கூறி பின் வசனத்தைக் கூறவேண்டும். பத்துமுறைக்கூறி முடித்தபின் பங்கேற்போர் உட்காரலாம்.

- இதன் மூலம் யாரெல்லாம் பயிற்சியில் பாடத்தை முடித்தார்களென்று பயிற்சியாளர் அறியமுடியும்.

பயிற்சி

- பங்கேற்பவர்கள் ஒவ்வொருவரும் தங்கள் கூட்டாளியுடன் முகம் பார்த்து உட்காரவேண்டும். பின், தன் கூட்டாளியோடு சேர்ந்து, ஒருவருக்கொருவர் பாடத்தைக் கற்றுக்கொடுக்கவேண்டும்.

  “ஒவ்வொரு ஜோடியிலும், யார் அதிக தூரத்திலிருந்து வருகிறார்களோ, அவர் அவ்விருவருக்கும் தலைவராக செயல்படுவார்.”

- பக்கம் 32-ல் உள்ள பயிற்சியாளர் பயிற்சி முறையைப் பின்பற்றவும்.

- ‘பாடம்’ பகுதியில் உள்ள எல்லாவற்றையும் நீங்கள் கற்பித்ததுபோலவே அவர்கள் ஒருவருக்கொருவர் கற்றுத்தரவேண்டும் என்பதை வலியுறுத்துங்கள்.

  “நான் செய்தவாரே, கேள்விகளைக்கேட்டு, வேதப்பகுதிகளை வாசித்து, பதில்களை கூறவேண்டும்.”

- ஒருவரோடு ஒருவர் இந்தப் பாடத்தைக் கற்பித்து பயிற்சி செய்தபின், ஒரு புதிய கூட்டாளியோடு சேர்ந்து, மீண்டும் பயிற்சி செய்யும்படி கூறுங்கள்.

  “இந்த பயிற்சி முடித்த பின், நீங்கள் இதைக் கற்றுத்தரக்கூடிய யாராவது ஒருவரை நினைத்துப் பார்த்து, அவர் பெயரை முதல் பக்கத்தில் எழுதுங்கள்.”

முடிவு

இது ஒரு முக்கியமான பகுதி. நேரம் குறைவாயிருந்தால், அடுத்தப் பாடத்தின் துவக்கத்திலோ, மற்றொரு நேரத்திலோ செய்யுங்கள். பயிற்சி நாட்களில் ஒரு மாலைநேர ஆவிக்குரிய கூட்டம் இருக்குமானால், அந்தச் சமயத்திலும் இதைச் செய்யலாம்.

இயேசு இங்கே இருக்கிறார்

□எபி. 13:8□ இயேசு கிறிஸ்து நேற்றும் இன்றும் என்றும் மாறாதவராயிருக்கிறார்.

□மத்.15:30-31□ அப்பொழுது சப்பாணிகள், குருடர், ஊமையர், ஊனர் முதலிய அநேகரை, திரளான ஜனங்கள் கூட்டிக்கொண்டு இயேசுவினிடத்தில் வந்து, அவர்களை அவர் பாதத்திலே வைத்தார்கள், அவர்களை அவர் சொஸ்தப்படுத்தினார். ஊமையர் பேசுகிறதையும், சப்பாணிகள் நடக்கிறதையும், குருடர் பார்க்கிறதையும் ஜனங்கள் கண்டு, ஆச்சரியப்பட்டு, இஸ்ரவேலின் தேவனை மகிமைப்படுத்தினார்கள்.

□யோவான் 10:10□ திருடன் திருடவும் கொல்லவும் அழிக்கவும் வருகிறானேயன்றி வேறொன்றுக்கும் வரான். நானோ அவைகளுக்கு ஜீவன் உண்டாயிருக்கவும், அது பரிபுரணப்படவும் வந்தேன்.

“எபி. 13:8-இல் இயேசு கிறிஸ்து நேற்றும் இன்றும் என்றும் மாறாதவராயிருக்கிறார் என்று வேதம் கூறுகிறது.

“மத்.15:30-இல் பல குறைகளுள்ள மக்களை இயேசு சுகப்படுத்தினார் என்று வேதம் கூறுகிறது.

“யோ.10:10-இல் சாத்தான் கொல்லவும், திருடவும் வருகிறான், ஆனால் இயேசுவோ நமக்கு பரிபூரண ஜீவனை அளிக்க வந்தார் என்று வேதம் கூறுகிறது.

“உண்மையில், இயேசு இப்பொழுது இங்கே நம்மோடு இருக்கிறார் என்று நாம் அறிவோம். உங்கள் வாழ்க்கையில் சுகம்பெறவேண்டிய ஏதாவது ஒரு பிரச்சினை இருக்குமானால், மத்தேயு 15-ல் செய்தததுபோல, இயேசு இப்பொழுதே சுகமளிக்க விரும்புகிறார். சாத்தான் உங்களைக்கொன்று, உங்களிடமிருந்து திருட விரும்புகிறான். இயேசு உங்களுக்கு பரிபூரண வாழ்க்கையை அளிக்க விரும்புகிறார்.

"ஒருவேளை மத்.15:30-இல் உள்ள யாராவதுடன் நீங்கள் ஒருமித்துப் பார்க்கமுடியும்.

"இயேசுவோடுள்ள உங்கள் நடத்தை வலிமையாக உள்ளதா, அல்லது சாத்தான் உங்களை முடமாக்கிவிட்டானா?

👋 நொண்டி நொண்டி நடந்து காண்பியுங்கள்

"இயேசு இங்கே இருக்கிறார். அவரைக்கேளுங்கள் நீங்கள் அவரோடுகூட மீண்டும் நடக்கும் வண்ணம் அவர் உங்களை சுகமாக்குவார்.

"தேவன் செயல்படுவதை காண்கிறீர்களா, அல்லது மனச்சோர்வினால் சாத்தான் உங்களை குருடாக்கிவிட்டானா?"

👋 கண்களை மறைத்து காண்பியுங்கள்

"இயேசு இங்கே இருக்கிறார். அவரைக்கேளுங்கள் அப்பொழுது அவர் செயல்படுவதைக் காணும்படி உங்களை சுகமாக்குவார்.

"இயேசுவின் சுவிசேஷத்தை உங்களைச் சுற்றியுள்ளவர்களோடு பகிர்ந்துகொள்ளுகிறீர்களா, அல்லது ஊமையைப்போல ஆகிவிட்டீர்களா?"

👋 வாயை மூடி காண்பியுங்கள்

"இயேசு இங்கே இருக்கிறார். அவரைக் கேட்டால், நீங்கள் மீண்டும் துணிச்சலாக அவரைப்பற்றி பேசும்படி உங்களை சுகமாக்குவார்.

"மற்றவர்களுக்கு உதவி செய்கிறீர்களா, அல்லது உதவிசெய்யமுடியாதபடி சாத்தான் உங்களைக் காயப்படுத்திவிட்டானா?"

👋 கை உடைந்து, கட்டுப்போட்டதுபோல செய்து காண்பியுங்கள்

"இயேசு இங்கே இருக்கிறார், அவரைக் கேட்டால், பழைய காரியங்களை உங்கள் பின்னால் வைத்துவிட்டு, அவரோடு நடக்கும்படி உங்களை சுகமாக்குவார்.

"உங்கள் முழு இருதயத்தோடும் இயேசுவை பின்பற்ற தடையாக, உங்கள் வாழ்க்கையில் ஏதேனும் பிரச்சினை இருக்கிறதா?

"உங்கள் பிரச்சினை அல்லது வியாதி எதுவாக இருந்தாலும், அதிலிருந்து சுகமளிக்க இயேசு இங்கே இருக்கிறார். இயேசுவை நோக்கி கூப்பிடுங்கள். அவர் உங்களை விடுதலையாக்கி, சுகமளித்து, தேவனுக்கு மேலான மகிமையை உண்டாகட்டும்.

- இயேசுவை முழு இருதயத்தோடும் பின்பற்றுவதற்கு ஏதேனும் தடையாக இருக்குமேயானால், அதிலிருந்து சுகமளிக்குமாறு கூட்டாளிகள் ஒருவருக்காக ஒருவர் ஜெபிக்கும்படி சொல்லுங்கள்.

7

போ

இயேசுவை, தேடுகிறவராக "போ" அறிமுகப்படுத்துகிறது. தேடுகிறவர்கள் புதிய இடங்களையோ, காணாமல் போவார்களையோ, புதிய வாய்ப்புகளையோ தேடுவார்கள். இயேசு எங்கே சென்று ஊழியம் செய்யவேண்டுமென்று எப்படி தீர்மானித்தார்? அவர் அதைத் தன் சுயமாக தீர்மானிக்கவில்லை தேவன் எங்கே செயல்படுகிறார் என்று கூர்ந்து கவனித்தார் தேவனோடு ஒன்றுபட்டார் தேவன் தன்னை நேசிக்கிறார் என்பதால் தனக்குக் காண்பிப்பார் என்று அறிந்திருந்தார். நாம் எங்கே ஊழியம் செய்யவேண்டுமென்று எப்படி தீர்மானிக்கவேண்டும்? இயேசு செய்தது போலவேதான்.

தேவன் எங்கே செயல்படுகிறார்? அவர் ஏழைகள், கட்டுண்டவர்கள், வியாதியுள்ளோர் மற்றும் ஒடுக்கப்பட்டோர் மத்தியில் செயல்படுகிறார். தேவன் செயல்படும் மற்றொரு இடம், நம் குடும்பங்கள். நம் முழு குடும்பமும் இரட்சிக்கப்பட அவர் விரும்புகிறார். அப்.29 வரைபடத்தில், பயிற்சி பெறுபவர்கள் தேவன் செயல்படும் இடங்களையும் மக்களையும் காண்பிக்கவேண்டும்.

துதி

- தேவ பிரசன்னத்துக்காகவும் அவர் ஆசீர்வாதத்திற்காகவும் ஒருவரை ஜெபிக்குமாறு கேட்டுக்கொள்ளுங்கள்.

- இரண்டு பாடல்கள் அல்லது கவிகளை சேர்ந்து பாடுங்கள்.

ஜெபம்

- பயிற்சி பெறுபவர்களை இரண்டிரண்டு பேராக பிரிக்கவும் ஒவ்வொருவரும் இதுவரை தாங்கள் கூட்டுசேராத ஒருவருடன் சேரவேண்டும்.

- ஒவ்வொருவரும் தங்கள் கூட்டாளியோடு பின்வரும் கேள்விகளுக்கான பதில்களை பகிர வேண்டும்.

    1. நமக்குத் தெரிந்த இரட்சிக்கப்பட வேண்டியவர்களுக்காக எவ்வாறு ஜெபிக்கலாம்?

    2. நீங்கள் பயிற்சியளிக்கும் குழுவுக்காக எவ்வாறு ஜெபிக்கலாம்?

- பயிற்சி பெறும் சிலர் இன்னும் மற்றவர்களுக்கு பயிற்சியளிக்க துவங்கவில்லையனால், இனிவரும் காலத்தில் தாங்கள் பயிற்சியளிக்கக்கூடியவர்களுக்காக ஜெபிக்கலாம்.

- ஒவ்வொருவரும் தங்கள் கூட்டாளியோடு சேர்ந்து ஜெபிக்கவும்.

பாடம்

மறுஆய்வு

ஒவ்வொரு மறு ஆய்வு நேரமும் ஒன்று போலதான். பங்கேற்பவர்களை எழுந்து நிற்குமாறு கேட்டுக்கொண்டு முன்னர் கற்றுக்கொண்ட பாடங்களை திரும்பிக்கூற சொல்லுங்கள். கை அசைவுகளையும் செய்கிறார்கள் என்று உறுதிபடுத்துங்கள்.

முந்தின நான்கு பாடங்களை மறுஆய்வு செய்யவும்.

இயேசுவைப் பின்பற்ற உதவும் எட்டு வகையான படங்கள் யாவை?

இராணுவவீரர், தேடுகிறவர், மேய்ப்பர், விதைக்கிறவர், மகன், பரிசுத்தவான், பணியாள், உக்கிராணக்காரர்.

அன்பு செலுத்து

மேய்ப்பன் செய்யும் மூன்று காரியங்கள் யாவை?

மற்றவர்களுக்கு கற்றுத்தரும் முக்கிய கட்டளை என்ன?

அன்பு எங்கிருந்து வருகிறது?

எளிமையான துதி என்பது என்ன?

எளிமையான துதி நமக்கு ஏன் தேவை?

ஏளிமையான துதி டிசய்ய எத்தனைபேர் தேவை?

ஜெபி

பரிசுத்தவான் செய்யும் மூன்று காரியங்கள் யாவை?

நாம் எப்படி ஜெபிக்கவேண்டும்?

தேவன் நம் ஜெபத்திற்கு எவ்வாறு பதிலளிப்பார்?

தேவனுடைய தொலைபேசி எண் என்ன?

கீழ்ப்படி

வேலைக்காரர் செய்யும் மூன்று காரியங்கள் என்ன?

முிக உயர்ந்த அதிகாரம் யாருக்கு உள்ளது?

ஒவ்வொரு விசுவாசிக்கும் இயேசு கொடுத்த நான்கு கட்டளைகள் யாவை?

நாம் இயேசுவுக்கு எவ்வாறு கீழ்ப்படிய வேண்டும்?

ஒவ்வொரு விசுவாசிகளுக்கும் இயேசு அளித்த வாக்குத்ததத்தம் என்ன?

நட

மகன் செய்யும் மூன்று காரியங்கள் யாவை?

இயேசுவின் பணியில் அவருடைய வல்லமை எங்கிருந்து வந்தது?

சிலுவை மரணத்திற்குமுன் விசுவாசிகளுக்கு இயேசு பரிசுத்த ஆவியைக்குறித்து என்ன வாக்களித்தனர்?

உயிர்த்தெழுந்தபின் விசுவாசிகளுக்கு இயேசு பரிசுத்த ஆவியைக்குறித்து என்ன வாக்களித்தனர்?

பரிசுத்த ஆவியைக்குறித்து பின்பற்றவேண்டிய நான்கு கட்டளைகள் யாவை?

இயேசு எப்படிப்பட்டவர்?

□ லூக்கா 19:10 □ இழந்துபோனதைத் தேடவும் இரட்சிக்கவுமே மனுஷகுமாரன் வந்திருக்கிறார்.

"இயேசு தொலைந்ததை தேடுகிறவர். காணாமல்போன மக்களை தேடிவந்தார். அவர் தமது வாழ்க்கையில் தேவனுடைய சித்தத்தையும், அவருடைய ராஜ்யத்தையும் முதலாவதாகத் தேடினார்."

தேடுகிறவர்
☟கையை கண்களுக்கு மேல் தேடும் வண்ணம் வைத்து, முன்னும் பின்னும் பார்க்கவும்.

தேடுகிறவர் செய்யும் மூன்று காரியங்கள் என்ன?

□மாற்கு 1:37,38□ அவரைக் கண்டபோது : உம்மை எல்லாரும் தேடுகிறார்கள் என்று சொன்னார்கள். அவர்களை அவர் நோக்கி, அடுத்த ஊர்களிலும் நான் பிரசங்கம்பண்ண வேண்டுமாதலால், அவ்விடங்களுக்குப் போவாம் வாருங்கள், இதற்காகவே புறப்பட்டு வந்தேன்.

1. தேடுகிறவர்கள் புதிய இடங்களை கண்டுபிடிக்க விரும்புவார்கள்.

2. தேடுகிறவர்கள் காணாமல்போன மக்களை கண்டு பிடிக்க விரும்புவார்கள்.

3. தேடுகிறவர்கள் புதிய வாய்ப்புகளைக் கண்டுபிடிக்க விரும்புவார்கள்.

"நமக்குள் வாழ்கின்ற இயேசு தேடுகிறவர். அவரை நாம் பின்பற்றும்போது நாமும் தேடுகிறவர்களாவோம்."

எங்கே ஊழியம் செய்யவேண்டுமென்று இயேசு எவ்வாறு தீர்மானித்தார்?

□யோ 5:19,20 □ இயேசு அவர்களை நோக்கி : மெய்யாகவே மெய்யாகவே நான் உங்களுக்குச் சொல்லுகிறேன். பிதாவானவர் செய்யக் குமாரன் காண்கிறதெதுவோ, அதையேயன்றி, வேறொன்றையும் தாமாய் செய்யமாட்டார். அவர் எவைகளைச் செய்கிறாரோ, அவைகளைக் குமாரனும் அந்தப்படியே செய்கிறார். பிதாவானவர் குமாரனிடத்தில் அன்பாயிருந்து தாம் செய்கிறவைகளையெல்லாம் அவருக்குக் காண்பிக்கிறார். நீங்கள் ஆச்சரியப்படத்தக்கதாக இவைகளைப் பார்க்கிலும் பெரிதான கிரியைகளையும் அவருக்குக் காண்பிப்பார்.

இயேசு கூறினார், "என் சுயமாக நான் ஒன்றும் செய்வதில்லை."

ஒரு கையை நெஞ்சில் வைத்து, "இல்லை" என்று தலையை ஆட்டுங்கள்.

"இயேசு சொன்னார், 'நான் தேவன் எங்கே செயல்படுகிறார் என்று பார்க்கிறேன்.'"

ஒரு கையை கண்களுக்கு மேல் தேடும் வண்ணம் வைத்து, இடதும் வலதுமாக பாடுங்கள்.

இயேசு கூறினார், "தேவன் எங்கே செயல்படுகிறாரோ, நானும் அங்கே அவரோடு சேர்த்துக்கொள்ளுகிறேன்."

🤚 உங்களுக்கு முன் ஒரு இடத்தைச் சுட்டிக்காட்டி, ☐ஆம்☐ என்று தலையை ஆட்டுங்கள்.

இயேசு கூறினார், "தேவன் என்னை நேசிக்கிறார் என்றும், எனக்குக் காண்பிப்பார் என்றும் அறிவேன்."

🤚 கரங்களை துதி செய்ய உயர்த்தி, பின் மார்போடு சேர்த்து வையுங்கள்.

இந்த இடத்தில் ஊழியம் செய்வதென்று நாம் எப்படி முடிவு செய்யலாம்?

☐1 யோ.2:5,6☐ அவருடைய வசனத்தைக் கைக்கொள்ளுகிறவனிடத்தில் தேவ அன்பு மெய்யாகப் பூரணப்பட்டிருக்கும் நாம் அவருக்குள் இருக்கிறோமென்பதை அதினாலே அறிந்திருக்கிறோம். அவருக்குள் நிலைத்திருக்கிறேனென்று சொல்லுகிறான், அவர் நடந்தபடியே தானும் நடக்கவேண்டும்.

"எந்த இடத்தில் ஊழியம் செய்வதென்பதை இயேசுவைப் போலவே நாமும் முடிவுசெய்வோம்."

"நான் சுயமாக ஒன்றும் செய்வதில்லை"

🤚 ஒரு கையை நெஞ்சோடு வைத்து, "இல்லை" என்று தலையை ஆட்டுங்கள்.

"நான் தேவன் எங்கே செய்யப்படுகிறார் என்று கவனித்துப் பார்க்கிறேன்."

🤚 ஒரு கையை கண்களுக்கு மேலாக தேடும் வண்ணம் வைத்து, இடதும் வலதுமாக பாருங்கள்.

"தேவன் எங்கே செயல்படுகிறாரோ, நானும் அங்கே அவரோடு சேர்ந்துகொள்ளுவேன்."

உங்களுக்கு முன்னால் ஒரு இடத்தைச் சுட்டிக்காட்டி, "ஆம்" என்று தலையை ஆட்டுங்கள்.

"அவர் என்னை நேசிக்கிறார் என்றும், எனக்குக் காண்பிப்பார் என்றும் நான் அறிவேன்."

கரங்களை துதி செய்ய உயர்த்தி, பின் மார்போடு சேர்த்து வையுங்கள்.

தேவன் செயல்படுகிறார் என்று நாம் எப்படி அறியலாம்?

□யோ.6:44□ என்னை அனுப்பின பிதா ஒருவனை இழுத்துக்கொள்ளாவிட்டால் அவன் என்னிடத்தில் வரமாட்டான் கடைசி நாளில் நான் அவனை எழுப்புவேன்.

"யாராவது இயேசுவைப்பற்றி இன்னும் தெரிந்துகொள்ள வேண்டுமென்று விரும்பினால், தேவன் அங்கே செயல்படுகிறார் என்று நீங்கள் அறியலாம். தேவன் மட்டுமே மக்களை தன்னிடம் கொண்டுவர முடியும் என்று யோவான் 6:44 கூறுகிறது. நாம் கேள்விகளைக் கேட்டு, ஆவிக்குரிய விதைகளை விதைத்து, மறுமொழி இருக்கிறதா என்று பார்க்கலாம். அவர்கள் மறுமொழி அளித்தால், தேவன் அங்கே செயல்படுகிறார் என்று அறிவோம்."

இயேசு எங்கே செயல்படுகிறார்?

□லூா.4:18,19□ "கர்க்கருடைய ஆவியானவர் என்மேலிருக்கிறார் தரித்திரருக்குச் சுவிசேஷத்தைப் பிரசங்கிக்கும்படி என்னை அபிஷேகம்பண்ணினார் இருதயம் நருங்குண்டவர்களைக் குணமாக்கவும், சிறைப்பட்டவர்களுக்கு விடுதலையையும், குருடருக்குப் பார்வையையும் பிரசித்துப்படுத்தவும், நொருங்குண்டவர் களை விடுதலையாக்கவும், கர்த்தருடைய அனுக்கிரக

வருஷத்தைப் பிரசித்தப்படுத்தவும், என்னை அனுப்பினார்.”

1. ஏழைகள்

2. கட்டுப்பட்டவர்கள் (சிறைப்பட்டவர்கள்)

3. வியாதியஸ்தர்கள் (குருடர்)

4. ஒடுக்கப்பட்டவர்கள்

“இயேசு இப்படிப்பட்டவர்களுக்கு ஊழியம் செய்தார், இப்பவும் செய்கிறார். ஆனால், இதில் குறிப்பாக மனதில் கொள்ளவேண்டியது என்னவென்றால், இயேசு எல்லா ஏழைகளுக்கும், எல்லா ஒடுக்கப்பட்டவர்களுக்கும் ஊழியம் செய்யவில்லை. நம் சுய முயற்சியில், நாம் எல்லாருக்கும் உதவிசெய்ய முயற்சிக்கிறோம். இயேசுவோ, தேவன் எங்கே செயல்படுகிறார் என்று கவனித்து, அங்கே அவரோடு சேர்ந்து பணிசெய்தார். நாமும் அவ்வாறே செய்யவேண்டும். ஒவ்வொரு ஒடுக்கப்பட்ட மனிதனுக்கும் நாம் பணிசெய்ய முயற்சித்தால், நம் சுய பெலத்தில் செயல்படுகிறோம் என்பதற்கு ஒரு உறுதியான அடையாளமாகும்.”

இயேசு செயல்படும் மற்றொரு இடம் என்ன?

“இயேசு உங்கள் குடும்பம் முழுவதையும் நேசிக்கிறார் என்று தெரியுமா? உங்கள் குடும்பத்திலுள்ள யாவரும் இரட்சிக்கப்பட்டு, நித்தியமாக தேவனோடு இருக்கவேண்டும் என்று விரும்புகிறார். தேவன் ஒரு முழு குடும்ப்த்தையும் இரட்சித்தார் என்பதற்கு வேதத்தில் பல உதாரணங்கள் உள்ளன.”

பிசாசு பிடித்த மனிதன் - மாற்கு 5

“லேகியோன் என்ற பிசாசின் கட்டிலிருந்து மனிதன் தீவ-ிர மாற்றத்திற்கு உள்ளானான். அவன் இயேசுவோடு போக விரும்பினாலும், அவர் அவனைத் தன் குடும்பத்தாரிடம் திரும்பிப்போய், தனக்கு நடந்த எல்லாவற்றையும் அவர்களுக்குக் கூறும்படி சொன்னார். சுற்றிலுள்ள கிராமங்களில் வாழ்ந்த பலர், இயேசு செய்த அற்புதத்தைப் பார்த்து வியப்படைந்தார்கள்.

தேவன் ஒரு மனிதனை இரட்சிக்கும்போது அவனைச் சுற்றிலுள்ள பலரை இரட்சிக்க விரும்புகிறார்.”

கொர்நேலியு □ அப்.10

“கொர்நேலியுவிடம் போய் பேசுமாறு தேவன் பேதுருவ-ிடம் கூறினார். பேதுரு பேசியபொழுது, பரிசுத்த ஆவி கொர்நேலியுவையும், பேசியதைக் கேட்ட மற்ற எல்லாரையும் நிரப்பினார். கொர்நேலியு விசுவாசித்தது மட்டுமன்றி, அவனைச் சுற்றியிருந்த அனைவரும் விசுவாசித்தனர்.”

பிலிப்பி பட்டண சிறை அதிகாரி □ அப்.16

“ஒரு பூமியதிர்ச்சி ஏற்பட்டு சிறைக்கதவுகள் திறந்தபோதும்கூட, சிறையில் அடைக்கப்பட்டிருந்த பவுலும் சீலாவும் சிறையைவிட்டு தப்பிப்போகவில்லை. இதைக்கண்ட சிறை அதிகாரி மிகவும் ஆச்சரியப்பட்டு, ஆண்டவராகிய இயேசுவில் விசுவாசம் வைத்தார். தேவன் அவர் முழு குடும்பத்தையும் இரட்சித்தார்.

உங்கள் குடும்பத்திலுள்ள ஒவ்வொருவரும் இரட்சிக்கப்பட்டு, நித்தியத்தில் ஒன்றாக வாழுவீர்கள் என்ற நம்பிக்கையை கைவிடாமல், தொடர்ந்து அதற்காக ஜெபியுங்கள்.”

மனப்பாட வசனம்

□யோ.12:26□ ஒருவன் எனக்கு ஊழியஞ் செய்கிறவனானால் என்னைப் பின்பற்றக்கடவன், நான் எங்கே இருக்கிறேனோ அங்கே என் ஊழியக்காரனும் இருப்பான் ஒருவன் எனக்கு ஊழியஞ்செய்தால் அவனைப் பிதாவானவர் கனம்பண்ணுவார்.

- எல்லாரும் எழுந்து நின்று மனப்பாட வசனத்தை பத்துமுறை சேர்ந்து சொல்லவேண்டும். முதல் ஆறு முறை, கற்பவர்கள் தங்கள் வேதத்தையோ, புத்தகத்தையோ பார்த்து வசனத்தைச் சொல்லலாம். கடைசி நான்குமுறை, மனப்பாடமாக சொல்ல வேண்டும். ஒவ்வொரு முறையும் வசனக்குறிப்பைக் கூறி பின் வசனத்தைக் கூறவேண்டும் சொல்லி முடித்தப்பின் அனைவரும் உட்காரலாம்.

- குழுவில் யார் பயிற்சியில் பாடத்தை முழுத்தார்களென்பதை இதன் மூலம் பயிற்சியாளர் அறியமுடியும்.

செயற்பயிற்சி

- பயிற்சிபெறுபவர்கள் தங்கள் கூட்டணியுடன் நேருக்கு நேர் அமரவேண்டும். பின், தன் கூட்டாளியோடு சேர்ந்து ஒருவருக்கொருவர் பாடத்தைக் கற்றுக்கொடுக்க வேண்டும்.

  ஒவ்வொரு ஜோடியிலும், யாருக்கு அதிகபட்சம் கூடப்பிறந்தவர்கள் உள்ளனரோ, அவர்கள் அந்த ஜோடியின் தலைவர்.

- 32-ஆம் பக்கத்திலுள்ள பயிற்சியாளர் பயிற்சி முறையைப் பின்பற்றவும்.

- பயிற்சி பகுதியில் உள்ள எல்லாவற்றையும் நீங்கள் கற்பித்தது போலவே அவர்கள் ஒருவருக்கொருவர் கற்றுத்தரவேண்டும் என்பதை வலியுறுத்துங்கள்.

  "நான் செய்தவாரே, கேள்விகளைக்கேட்டு, வேதப்பகுதிகளை வாசித்து, பதில்களைக் கூறவேண்டும்."

- ஒருவரோடு ஒருவர் இந்த பாடத்தைக் கற்றுக்கொடுக்க பயிற்சி செய்தபின், ஒரு புதிய கூட்டாளியோடு சேர்ந்து, மீண்டும் பயிற்சி செய்யுமாறு கூறுங்கள். பயிற்சி முடித்தப்பின் அவர்கள் இந்த பாடத்தை பகிர்ந்துக் கொள்ளக்கூடிய யாராவது ஒருவரை நிலைத்துப் பார்க்கும்படி கூறுங்கள்.

  "இந்த பயிற்சி முடிந்தபின், நீங்கள் இதைக் கற்றுத்தரக்கூடிய யாராவது ஒருவரை நினைத்துப்பார்த்து, அவர் பெயரை முதல் பக்கத்தில் எழுதுங்கள்."

முடிவு

அப்.29 நிலப்படம் - பாகம் 2

"உங்கள் அப்.29 நிலப்படத்தில், இயேசு செயல்படும் இடங்களை வரைந்து குறிப்பிடுங்கள். இயேசு செயல்படுகிறார் என்று நீங்கள் அறிந்த குறைந்தது ஐந்து இடங்களை அடையாளம் காட்டி, ஒவ்வொரு இடத்திலும் 'x' குறியை வரையுங்கள். தேவன் எவ்வாறு அவ்விடங்களில் செயல்படுகிறார் என்று குறிப்பிடுங்கள்."

136 தீவிர சீடர்களாக்குதல்

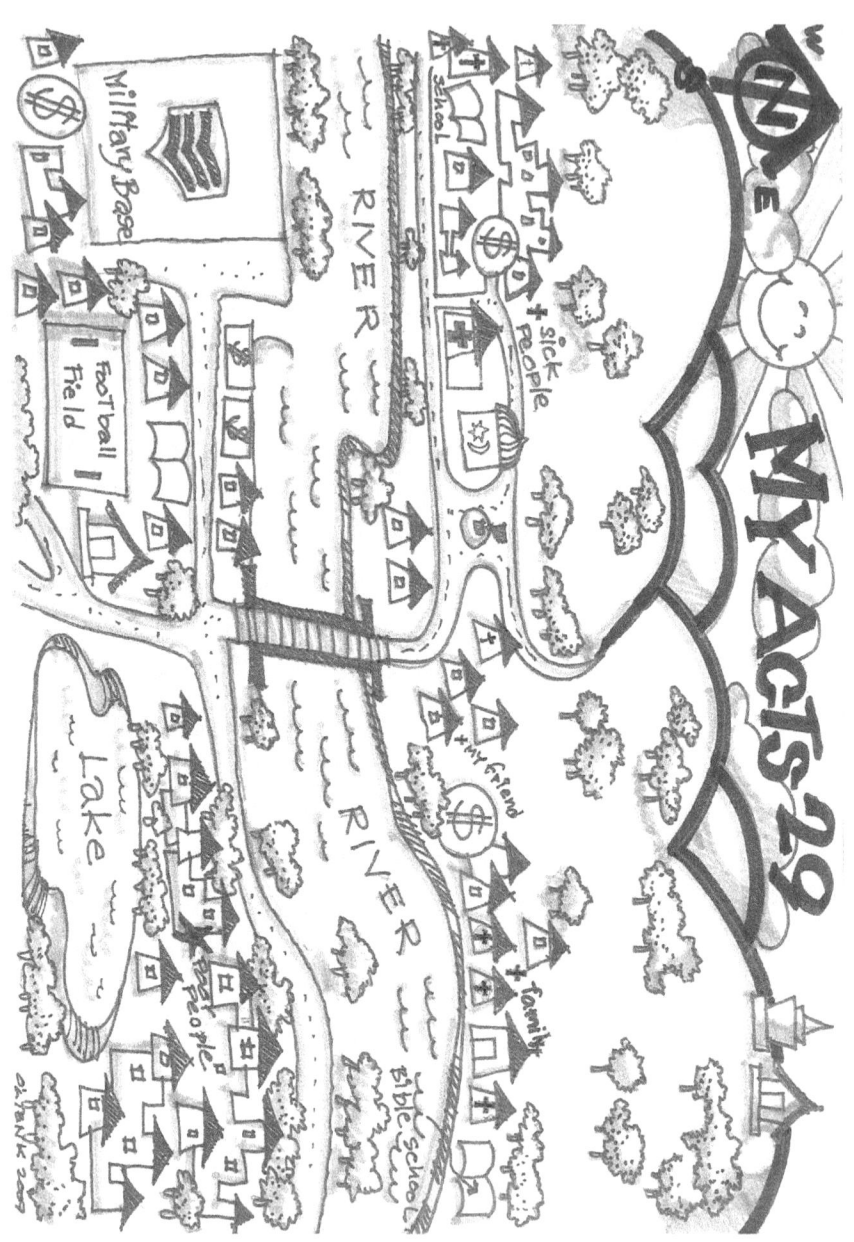

8

பகிர்

'பகிர்' என்ற இப்பகுதி, இயேசுவை ஒரு இராணுவவீர-ராக அறிமுகப்படுத்துகிறது் இராணுவ வீரர்கள் எதிராளிகளிடம் போர்செய்து, கடினமான சூழ்நிலைகளை சமாளித்து, பிடிபட்டவர்களை விடுவிப்பார்கள். இயேசு ஒரு இராணுவ வீரர் நாம் அவரைப் பின்பற்றும்போது நாமும் இராணுவ வீரர்களாவோம்.

தேவன் செயல்படும் இடத்தில் நாம் அவருடன் சேரும்போது ஆவிக்குரிய போரை எதிர்கொள்கிறோம். இயேசுவை விசுவாசிக்கிறவர்கள் எவ்வாறு சாத்தானை வெல்கிறார்கள்? இயேசுவின் சிலுவை மரணத்தினாலும், நம் அனுபவங்களை சாட்சியாக பகிர்வதாலும், நம் விசுவாசத்திற்காக மரிப்பதற்கு அஞ்சாமல் இருப்பதாலும் நாம் சாத்தானை வெல்லமுடியும்.

ஒரு வல்லமையான சாட்சியானது, நான் இயேசுவை எவ்வாறு சந்தித்தேன், இயேசுவோடு நடப்பதினால் என் வாழ்க்கையில் அவர் செய்யும் மாற்றங்கள் என்பவற்றை உள்ளடக்கியதாகும். சாட்சிகள் பயனுள்ளதாயிருக்க வேண்டுமானால், நாம் இயேசுவை சந்தித்த வருடத்தைக் குறிப்பிடாமலும் (ஏனென்றால், எத்தனை வருடங்களாக நாம் இயேசுவை அறிவோம் என்று கூறுவதில் எந்தப் பயனும் இல்லை), இயேசுவை அறியாதவர்களும் எளிதில் புரிந்துக்கொள்ளக்கூடிய வார்த்தைகளை கொண்டதாகவும் இருக்கவேண்டும்.

இந்தப் பகுதியின் முடிவில் ஒரு போட்டி நடத்தவேண்டும். இயேசுவை அறியாத, தங்களுக்கு தெரிந்த 40 பேர்களின் பெயர்களை யார் முதலில் எழுதுகிறார்கள் என்ற போட்டி. முதல், இரண்டாம், மூன்றாம் பரிசுகள் தந்தாலும், முடிவில் எல்லாருக்கும் ஒரு பரிசு இருக்கிறது் ஏனென்றால், நம் சாட்சியை பகிர நாம் கற்றுக்கொள்ளும்பொழுது நாம் அனைவரும் வெற்றிபெறுகிறோம்.

துதி

- தேவ பிரசன்னத்திற்காகவும், அவர் ஆசீர்வாதத்திற்காகவும் யாராவது ஒருவரை ஜெபிக்குமாறு கேட்டுக்கொள்ளுங்கள்.

- இரண்டு பாடல்கள் அல்லது கவிகளை சேர்ந்து பாடுங்கள்.

ஜெபம்

- பயிற்சி பெறுபவர்களை இரண்டிரண்டு பேராக பிரிக்கவும். ஒவ்வொருவரும், இதுவரை தாங்கள் கூட்டுசேராத ஒருவருடன் சேரவேண்டும்.

- ஒவ்வொருவரும் தங்கள் கூட்டாளியோடு, பின்வரும் கேள்விகளுக்கான பதில்களைப் பகிரவேண்டும்.

  1. நமக்குத் தெரிந்த, இரட்சிக்கப்படவேண்டியவர் களுக்காக எவ்வாறு ஜெபிக்கலாம்?

  2. நீங்கள் பயிற்சியளிக்கும் குழுவுக்காக எவ்வாறு ஜெபிக்கலாம்?

- பயிற்சிபெறும் சிலர் இன்னும் மற்றவர்களுக்கு பயிற்சியளிக்க துவங்கவில்லையானால், இனிவரும் காலத்தில் தாங்கள் பயிற்சியளிக்கக் கூடியவர்களுக்காக ஜெபிக்கலாம்.

- ஒவ்வொருவரும் தங்கள் கூட்டாளியோடு சேர்ந்து ஜெபிக்கவும்.

பாடம்

மறுஆய்வு

ஒவ்வொரு மறுஆய்வு பகுதியும் ஒன்றுபோலவே இருக்கும். புயிற்சி பெறுபவர்களை எழுந்து நிற்கக்கூறி, முன்கற்றுக்கொண்ட பாடங்களை ஒப்பிக்குமாறு கேட்டுக்கொள்ளுங்கள். கை அசைவுகளையும், தவறாமல் செய்யுமாறு கூறுங்கள் முந்தின நான்கு பாடங்களையும் மறுஆய்வு செய்யவேண்டும்.

இயேசுவைப் பின்பற்ற உதவும் எட்டு வகையான படங்கள் யாவை?

இராணுவவீரர், தேடுபவர், மேய்ப்பர், விதைக்கிறவர், மகன், பரிசுத்தவான், வேலைக்காரர், உக்கிராணக்காரர்.

ஜெபி

பரிசுத்தவான் செய்யும் மூன்று காரியங்கள் யாவை?

நாம் எப்படி ஜெபிக்க வேண்டும்?

தேவன் நம் ஜெபத்திற்கு எவ்வாறு பதிலளிப்பார்?

தேவனுடைய தொலைபேசி எண் என்ன?

கீழ்ப்படி

வேலைக்காரர் செய்யும் மூன்று காரியங்கள் யாவை?

முிக உயர்ந்த அதிகாரம் யாருக்கு உள்ளது?

ஒவ்வொரு விசுவாசிக்கும் இயேசு அளித்த நான்கு கட்டளைகள் யாவை?

நாம் இயேசுவுக்கு எவ்வாறு கீழ்ப்படிய வேண்டும்?

ஒவ்வொரு விசுவாசிக்கும் இயேசு அளித்த வாக்கு என்ன?

நட

ஒரு மகன் செய்யும் மூன்று காரியங்கள் யாவை?

இயேசுவின் பணியில் அவருடைய வல்லமை எங்கிருந்து வந்தது?

சிலுவை மரணத்திற்குமுன், விசுவாசிகளுக்கு இயேசு பரிசுத்த ஆவியைக்குறித்து அளித்த வாக்கு என்ன?

உயிர்த்தெழுந்த பின் விசுவாசிகளுக்கு இயேசு பரிசுத்த ஆவியைக்குறித்து அளித்த வாக்கு என்ன?

பரிசுத்த ஆவியைக் குறித்துப் பின்பற்றவேண்டிய நான்கு கட்டளைகள் யாவை?

போ

தேடுபவர் செய்யும் மூன்று காரியங்கள் யாவை?

எங்கே பணி செய்யவேண்டும் என்று இயேசு எவ்வாறு முடிவு செய்தார்.

எங்கே முடிவு செய்யவேண்டும் என்று நாம் எவ்வாறு முடிவு செய்யவேண்டும்?

தேவன் செயல்படுகிறார் என்று நாம் எவ்வாறு அறியலாம்?

இயேசு எங்கே செயல்படுகிறார்?

இயேசு செயல்படும் மற்றொரு இடம் எது?

இயேசு எப்படிப்பட்டவர்?

மத்தேயு 26:53 நான் இப்பொழுது என் பிதாவை வேண்டிக்கொண்டால் அவர் பன்னிரண்டு லேகியோனுக்கு அதிகமான தூதரை என்னிடத்தில் அனுப்பமாட்டாரென்று நினைக்கிறாயா?

“இயேசு ஒரு இராணுவ வீரர் அவர் தேவனுடைய போர்ப்படையின் தளபதியானதால் தன் பாதுகாப்பிற்காக 12 தூதர் படை-களை அழைத்தி ருக்கலாம். சாத்தானை ஆவிக்குரிய போரில் எதிர்த்து, முடிவில் தீயவனை சிலுவையில் வென்றார்.”

இராணுவ வீரர்
✋போர் வாளை மேலே உயர்த்து

இராணுவவீரர் செய்யும் மூன்று காரியங்கள் என்ன?

□மாற்கு□ 1:12-15 உடனே ஆவியானவர் அவரை வனாந்திரத்திற்குப் போகும்படி ஏவினார். அவர் வனாந்திரத்திலே நாற்பதுநாள் இருந்து, சாத்தானாலே சோதிக்கப்பட்டு, அங்கே காட்டுமிருகங்களின் நடுவிலே சஞ்சரித்துக் கொண்டிருந்தார். தேவதூதர்கள் அவருக்கு ஊழியஞ்செய்தார்கள். யோவான் காவலில் வைக்கப்பட்ட பின்பு, இயேசு கலிலேயாவிலே வந்து, தேவனுடைய ராஜ்யத்தின் சுவிசேஷத்தைப் பிரசங்கித்து: காலம் நிறைவேறிற்று, தேவனுடைய ராஜ்யம் சமீபமாயிற்று மனந்திரும்பி, சுவிசேஷத்தை விசுவாசியுங்கள் என்றார்.

1. இராணுவ வீரர் எதிரிகளோடு போர் செய்வார்கள்.

   “இயேசு எதிரியோடு போர் செய்து வென்றார்.”

2. இராணுவ வீரர்கள் கடினமான சூழ்நிலைகளை சகிப்பார்கள்.

   “இயேசு இவ்வுலகத்தில் இருந்தபோது பல தீமைகளை சகித்தார்”

3. இராணுவ வீரர் பிடிபட்டவர்களை விடுவிப்பார்கள்.

   “இயேசுவின் இராஜ்ஜியம் மக்களை விடுவிக்க வருகிறதாயிருந்தது”

   “இயேசு ஒரு இராணுவவீரர் அவர் தேவனுடைய இராணுவத்தின் தளபதியாயிருந்து, சாத்தானை ஆவிக்குரிய போரில் எதிர்கொள்கிறார். இயேசு நமக்காக சிலுவையில் வெற்றிபெற்றார். இயேசு நம்மில் ஜீவிப்பதால், நாமும் வெற்றியுள்ள வீரர்களாக இருப்போம் நாம் ஆவிக்குரிய போரில் ஈடுபட்டு, நம் தளபதியை மகிழ்விப்பதற்காக துன்பங்களை சகித்து, பிடிபட்டவர்களை விடுவித்து உதவி செய்வோம்.”

சாத்தானை நாம் எப்படி வெற்றிகொள்ளலாம்?

□வெளி. 12:11□ மரணம் நேரிடுகிறதாயிருந்தாலும்

அதற்குத் தப்பும்பழ தங்கள் ஜீவனையும் பாராமல், ஆட்டுக்குட்டியின் இரத்தத்தினாலும் தங்கள் சாட்சியின் வசனத்தினாலும் அவனை ஜெபித்தார்கள்.

ஆட்டுக்குட்டியின் இரத்தத்தினால்

"இயேசு சிலுவையில் சிந்தின இரத்ததத்தினால் நாம் சாத்தானை மேற்டிகாள்கிறோம். அவர் மூலமாகவும் அவருடைய செய்கையினாலும் நாம் வெற்றிப்பெருகிறவர்களாகிறோம்."

ஆட்டுக்குட்டியின் இரத்தம்

🖑உங்கள் நடுவிரலினால் இரண்டு உள்ளங்கைகளையும் சுட்டிக்காண்பியுங்கள். இது சிலுவை மரணத்திற்கு சைகை மொழியாகும்.

"ஆவிக்குரிய போரை நீங்கள் எதிர்கொள்ளும்போது, இயேசு சாத்தானை சிலுவையில் வென்றார் என்று ஞாபகம் வைத்துக்கொள்ளுங்கள்! இயேசுவைக் காணும்பொழுதெல்லாம், சாத்தான் நடுங்கி, அழுது கதறுகிறான். தன்னை விட்டுவிடுமாறு இயேசுவிடம் கெஞ்சுகிறான்."

"இயேசு நம்மில் ஜீவிக்கிறார் என்பது நமக்கு செய்தியாகும். எனவே, நம்மில் இயேசுவைக் காணும்பொழுதெல்லாம், சாத்தான் நடுங்கி, அழுகிறான். அவன் ஒரு குழந்தையைப்போல் அழுகிறான்! இயேசுவின் சிலுவையில் செய்து முடித்த காரியத்தினால், சாத்தான் ஒரு தோற்கடிக்கப்பட்ட எதிராளி. இதை மறந்துபோகவேண்டாம் : சூழ்நிலை எவ்வளவு கழனமாயிருந்தாலும், நாம் வெற்றிபெறுவோம்! நாம் வெற்றிபெறுவோம்! நாம் வெற்றிபெறுவோம்!"

நம்முடைய சாட்சி

"நம்முடைய சாட்சியாகிய வல்லமையான ஆயுதத்தால் நாம் சாத்தானை மேற்கொள்ளுகிறோம். இயேசு நம் வாழ்வில் செய்த காரியங்களின் சாட்சிக்கு எதிராக யாரும் வாக்குவாதம் செய்ய முடியாது. இந்த ஆயுதத்தை நாம் எந்த இடத்திலும், எந்த நேரத்திலும் உபயோகிக்கலாம்."

சாட்சி

✋ஒருவரோடு சத்தமாக பேசுவதைப்போல கரங்களை வாயைச்சுற்றி கூப்பி காண்பியுங்கள்.

மரிப்பதற்கு பயமில்லை

தேவனோடு நம்முடைய நித்திய வாழ்வு உறுதியானது. அவரோடு இருப்பது சிறப்பானது் இவ்வுலகில் இரப்பது சுவிசேஷத்தை அறிவிக்க தேவையானது, நாம் தோற்றுப்போக முடியாது.

மரிப்பதற்கு பயமில்லை

✋கைகளை விலங்கிட்டதுபோல் காண்பியுங்கள்

வல்லமையான ஒரு சாட்சியின் சுருக்கம் என்ன?

இயேசுவை சந்திப்பதற்கு முன்பு என் வாழ்க்கை

✋உங்களுக்கு முன் இடது பக்கமாக சுட்டிக்காட்டுங்கள்.

“விசுவாசியாவதற்கு முன் உங்கள் வாழ்க்கை எப்படிப்பட்டதாயிருந்தது என்று விவரித்துக் கூறுங்கள். ஒரு கிறிஸ்தவ குடும்பத்தில் வளர்ந்திருப்பீர்களானால், ஒரு கிறிஸ்தவ இல்லம் எப்படிப்பட்டதென்று அறிய அவிசுவாசிகள் ஆர்வமாக இருப்பார்கள்”

நான் எப்படி இயேசுவை சந்தித்தேன்?

எப்படி?

✋உங்களுக்கு முன் நேராக சுட்டிக்காட்டுங்கள்.

“இயேசுவை எவ்வாறு விசுவாசித்து, பின்பற்ற ஆரம்பித்தீர்களென்று விவரியுங்கள்.”

இயேசுவை சந்தித்தது முதல் என் வாழ்க்கை

✋உங்கள் வலது பக்கம் திரும்பி, கைகளை மேலும் கீழும் அசையுங்கள்.

“நீங்கள் இயேசுவை ஏற்றுக்கொண்டு அவரை பின்பற்ற ஆரம்பித்தது முதல் உங்கள் வாழ்க்கை எப்படியிருக்கிறதென்றும், அவரோடு கொண்டுள்ள உறவின் முக்கியத்துவம் என்னதென்பதையும் விவரியுங்கள்.”

எளிய ஒரு கேள்வியைக் கேளுங்கள்

“உங்கள் சாட்சியின் முடிவில், அதைப் பகிர்ந்தவரிடம் ‘இயே-சுவை பின்பற்றுவதைக்குறித்து இன்னும் அறிய விரும்புகிறீர்களா?’ என்று கேளுங்கள். இது, ‘தேவன் செயல்படுகிறாரா?’ என்று அறிந்து கொள்ள உதவும் கேள்வி”

✋ உங்கள் நெற்றிப்பொட்டை சுட்டிக்காட்டுங்கள் - ஒரு கேள்வியைப்பற்றி சிந்திப்பது போல்.

“அவர்கள் ‘ஆம்’ என்று பதிலளித்தால், அந்த சூழ்நிலையில் தேவன் செயல்படுகிறார் என்று அறிவீர்கள். மக்களைத் தன்னிடம் இழுக்க தேவனால் மட்டுமே கூடும். அந்த நிலையில், இயே-சுவைப் பின்பற்றுவதைக் குறித்து மேலும் பகிருங்கள்.”

“அவர்கள் ‘இல்லை’ என்று கூறினால், தேவன் அப்பொழுதும் செயல்படுகிறார், ஆனால் அவர்கள் அவருக்கு மறுமொழி அளிக்க தயாராக இல்லை என்று அர்த்தம். ஆவர்களை ஆசீர்வதித்து ஜெபிக்கலாமா என்று கேட்டு, ஜெபித்து, உங்கள் பாதையில் தொடர்ந்து செல்லுங்கள்.”

பின்பற்றவேண்டிய சில முக்கிய குறிப்புகள் என்ன?

உங்கள் முதல்கட்ட சாட்சியை மூன்று அல்லது நான்கு நிமிடங்களுக்குள் அடங்கவேண்டும்.

“இந்த உலகத்தில் தேவனை அறியாத பலர் உள்ளனர். உங்கள் சாட்சியை அவ்வாறு அடக்குவதின்மூலம் பதிலளிக்கும் பாங்குள்ளவர்கள் யார் என்று அறியமுடியும். எல்லாவற்றிற்கும் மேலாக, பரிசுத்த ஆவியின் நடத்துதலை பின்பற்றுங்கள். புதிய விசுவாசிகள் மூன்று அல்லது நான்கு மணி நேரத்திற்கு பதில், மூன்று அல்லது நான்கு நிமிடங்கள் சாட்சி பகிர்வதில் மகிழ்ச்சி

கொள்வார்கள்! நீங்கள் இயேசுவை ஏற்றுக்கொண்டபோது என்ன வயதுள்ளவராயிருந்தீர்க ளென்று கூறாதீர்கள்.”

நீங்கள் இயேசுவை ஏற்றுக்கொண்டபோது என்ன வயதுள்ளவராயிருந்தீர்க ளென்று கூறாதீர்கள்.

“இயேசுவை பின்பற்ற துவங்கியபோது உங்கள் வயது என்ன வயதாயிருந்தது என்பது முக்கியமல்ல, மேலும் உங்கள் சாட்சியை அவிசுவாசியிடம் பகிரும்போது தவறான ஒரு செய்தியை அளிக்கலாம். நீங்கள் விசுவாசியானபொழுது உங்கள் வயதைவிட அவர் இளையவராக இருந்தால், இன்னும் சிறிது காலம் செல்லட்டும் என்று சிந்திக்கலாம். அந்த வயதை-தவிட அவர் மூத்தவராக இருந்தால், தங்கள் வாய்ப்பை நழுவவிட்டதாக எண்ணலாம். இன்றே இரட்சிப்பின் நாள் என்று வேதம் கூறுகிறது. நீங்கள் இயேசுவை ஏற்றுக்கொண்டபோது உங்கள் வயதைக்கூறுவது, சூழ்நிலையை குழப்பக்கூடும்.”

குீறீஸ்துவு சேர்றுகுஜளு ஊபுயேுர்குீக்குர்தூர்குளு

“சிறிது காலம் விசுவாசிகளாயிருப்பவர்கள் கூட, மற்ற கிறிஸ்தவர்கள் உபயோகிக்கும் சொற்களை உபயோகிக்க ஆரம்பிக்கிறார்கள். ‘ஆட்டுக்குட்டியின் இரத்தத்தில் கழுவப்பட்டேன’, ‘கூட்டத்தில் கையை உயர்த்தினேன்’, ‘தேவன் எனக்கு வெளிப்படுத்தினார்’ போன்ற சொற்றொடர்கள், அவிசுவாசிகளுக்கு புரியாத வெளிநாட்டு மொழியைப்போல தோன்றும். நம் சாட்சியைக் கேட்பவர்கள் சுவிசேஷத்தை எவ்வளவு தெளிவாக முடியுமோ அவ்வளவு தெளிவாக புரிந்துகொள்ளுமாறு, நாம் முடிந்த அளவு ‘கிறிஸ்தவ’ சொற்களை தவிர்க்க வேணடும்.

மனப்பாட வசனம்

□1 கொரி. 15:3,4 □ நான் அடைந்ததும் உங்களுக்குப் பிரதானமாக ஒப்புவித்ததும் என்னவென்றால் கிறிஸ்துவானவர் வேதவாக்கியங்களின்படி நமது பாவங்களுக்காக மரித்து, அடக்கம்பண்ணப்பட்டு, வேதவாக்கியங்களின்படி மூன்றாம்நாளில்

உயிர்த்தெழுந்து...”

- எல்லாம் எழுந்து, நின்று மனப்பாட வசனத்தை பத்து முறை சேர்ந்து கூறவேண்டும். முதல் ஆறுமுறை, பயிற்சி பெறுபவர்கள் தங்கள் வேதத்தையோ பயிற்சி புத்தகத்தையோ பார்த்து கூறலாம். குடைசி நான்கு முறையும், வசனத்தை மனப்பாடமாக கூறவேண்டும். பயிற்சி பெறுபவர்கள், வசனத்தைக்கூறுமுன் வசனக்குறிப்பை கூறி, முடித்த பின் உட்கார்ந்துகொள்ளலாம்.

செயற்பயிற்சி

- பயிற்சி பெறுபவர்களிடம், நீங்கள் கொடுத்த குறிப்புகளைக்கொண்டு, தங்கள் சாட்சியை அவர்கள் புத்தகத்தில் எழுதுமாறு கூறுங்கள். எழுதுவதற்கு 10 நிமிடங்கள் தந்தபின், யாராவது ஒருவரை அழைத்து அவர்கள் சாட்சியைப் பகிருமாறு கேட்பீர்கள் என்று கூறுங்கள்.

- 10 நிமிடங்களுக்குப் பின், பயிற்சி பெறுபவர்களிடம் எழுதுவதை நிறுத்துமாறு கூறுங்கள். யாராவது ஒருவரை அழைத்து, குழுவிடம் அவர்கள் சாட்சியைக் கூறுமாறு கேட்கப்போகிறீர்கள் என்று கூறுங்கள். ஒரு சில நொடிகள் அமைதியாக இருந்தபின், உங்கள் சாட்சியை குழுவிடம் கூறப்போகிறீர்கள் என்று அறிவுயுங்கள். ஒரு நிம்மதி பெருமூச்சு கேட்கலாம்.

- மேற்கண்ட சுருக்கத்தின்படி, குறிப்புகளைப் பயன்படுத்தி, உங்கள் சாட்சியைப் பகிருங்கள். அதன் முடிவில், சாட்சி சுருக்கத்தையும், குறிப்புகளையும் படிப்படியாக எடுத்துக்கூறி, நீங்கள் அதின்படி சரியாக கூறினீர்களா என்று கேளுங்கள்.

- இந்தப் பாடத்தின் பயிற்சி பகுதியில், பயிற்சி பெறுபவர்களின் சாட்சிப் பகிருதலை கடிகாரம் வைத்து கவனியுங்கள். பயிற்சி பெறுபவர்களை இரண்டிரண்டு பேராக பிரித்து, ஒவ்வொருவருக்கும் மற்றவரிடம் சாட்சி பகிர மூன்று நிமிடங்கள் தரப்போவதாக கூறுங்கள்.

    "ஒவ்வொரு ஜோடியிலும் யார் சத்தமாக பேசுகிறார்களோ, அவர்கள் முதலாவதாக தங்கள் சாட்சியைக் கூறலாம்."

- முதலாவதாக சாட்சி பகிர்பவர்களை, சரியாக மூன்று நிமிடங்களில் நிறுத்தச் சொல்லுங்கள். குழுவிடம், தங்கள் கூட்டாளிகள் சாட்சி சுருக்கத்தையும், கடைபிடிக்கவேண்டிய நான்கு குறிப்புகளையும் உபயோகித்தார்கள் என்று கேளுங்கள். பின், ஒவ்வொரு ஜோடியிலும் இரண்டாவது நபரை சாட்சிப்பகரக் கூறுங்கள். மறுபடியும், குழுவை அவர்கள் கருத்துக்களைப் பகிருமாறு கூறுங்கள்.

- ஒவ்வொரு ஜோடியிலும் இருவரும் சாட்சி பகிர்ந்தபின், ஒவ்வொருவரும் புதிய கூட்டாளிகளோடு சேர்ந்து, மீண்டும் சாட்சி பகிர்வதை பயிற்சி செய்யுமாறு கூறுங்கள் முன்போலவே, ஒவ்வொரு ஜோடியிலும் யார் அதிக சத்தமாக பேசுகிறார்களோ, அவர்கள் முதலாவதாக கூறட்டும், குறைந்தது நான்கு முறை வெவ்வேறு நபர்களுடன் கூட்டுசேர்ந்து இந்தப் பயிற்சியைச் செய்யவேண்டும்.

- ஒருவருக்கொருவர் இந்த பாடத்தை பயிற்சி செய்தபின், ஒவ்வொருவரும் தங்கள் இந்தப் பாடத்தைக் கற்றுத்தரக்கூடிய ஒரு-வரை ஞாபகத்திற்கு கொண்டுவரும்படி கேட்டுக்கொள்ளுங்கள். அந்த நபரின் பெயரை அவர்கள் இப்பாடத்தின் முதல் பக்கத்தில் எழுதவேண்டும்.

உப்பும் சர்க்கரையும

குழுவாக கருத்து பரிமாறும் ஒரு சமயத்தில் இந்த எடுத்துக்காட்டை உபயோகித்து, அதன்மூலம், இருதயத்தின் ஆழத்திலிருந்து பகிர்ந்துகொள்ளுதல் எவ்வளவு முக்கியம் என்பதை வலியுறுத்துங்கள்.

> நன்கு விளைந்த, வாடாத பழவகை எப்பொழுதுமே நல்ல ருச-யியானது! அது நல்ல இனிப்பானதாக, வாயில் சுவைமிக்கதாக இருக்கும்! நல்ல மஞ்சள் நிற, இனிப்பான அன்னாசிப் பழத்தை நினைத்தால், என் வாயில் சுவை ஊறுகின்றது.
>
> "இவ்வகையான பழங்களை, மேலும் சுவையுள்ளதாக்க ஒரு வழி உண்டு. ஒரு துளி சர்க்கரை, உப்பு அல்லது மிளகு சேர்த்து பாருங்கள். உம்! அப்போது இன்னமும் சுவைமிக்கதாகும்! எனக்கு இப்போதே சுவைக்க முடிகிறது!"

“அதுபோலவே, நீங்கள் எப்பொழுது சுவிசேஷத்தையோ ஒரு பாடத்தையோ பகிர்ந்துகொள்ளுகிறீர்களோ, தேவ வார்த்தை பழவகையைப்போல நன்மையானதாக இருக்கிறது. தேவன் நல்லவர் என்பதை நாம் ருசித்துப்பார்க்கவேண்டும். அதற்குமேல், உங்கள் உள்ளத்தின் ஆழத்திலிருந்து, உணர்ச்சியோடு பகிர்ந்துகொண்டால், அது அப்பழத்தின்மீது சர்க்கரை, உப்பஜ அல்லது மிளகுத்தூள் சேர்ப்பது போன்றது. அது அப்பழ வகையை மிக மிக சுவையுள்ளதாக்குகிறது.”

“எனவே, இம்முறை உங்கள் கூட்டாளியோடு நீங்கள் பகிரும்போது, நிறைய சர்க்கரை, உப்பு அல்லது மிளகு சேர்த்து கூறவும்.”

முடிவு

தேவனை அறிய வேண்டிய நாற்பது பேரை யார் மிக விரைவாக பட்டியலாக்க முடியும்?

- தேவனை அறிய வேண்டிய நாற்பது பேரை யார் மிக விரைவாக பட்டியலாக்க முடியும்?

  ஒவ்வொருவரையும் நோட்டு புத்தகத்தில் ஒன்று முதல் நாற்பது வரை எண்களை எழுதச் சொல்லுங்கள்.

- ஒரு பந்தயம் நடத்தப்போகிறோம் முதல், இரண்டாம், மூன்றாம் இடங்களுக்கு பரிசுகள் தரப்போகிறோம். நீங்கள் ‘ஆரம்பிக்கலாம்’ என்று கூறினவுடன், ஒவ்வொருவரும் அவர்களுக்கு அறிமுகமான, தேவனை அறியாத நாற்பது நபர்களின் பெயர்களை எழுதவேண்டும். சிலரின் பெயர்கள் தெரியாவிட்டாலும், ‘பால்காரர்’, ‘அஞ்சல்காரர்’ என்று குறிப்புகள் எழுதலாம். நீங்கள் சொல்வதற்கு முன் யாரும் ஆரம்பிக்காமல் பார்த்துக்கொள்ளுங்கள்.”

- நீங்கள் போட்டியின் குறிப்புகளை கூறும்போதே சிலர் ஆரம்பித்துவிடுவார்கள். அதைத் தவிர்க்க, நீங்கள் கூறும்வரை எல்லாவற்றையும் பேனாவை உயர தூக்கிப் பிடிக்குமாறு கேட்டுக்கொள்ளுங்கள்.

- ஆரம்பிக்கச் சொல்லி எழுதி முடித்தவர்கள் தங்கள் இடங்களில் எழுந்து நிற்குமாறு கூறுங்கள். முதலாவதாக, இரண்டாவதாக, மூன்றாவதாக முடித்தவர்களுக்கு பரிசுகளை அளியுங்கள்.

- தங்கள் வாழ்வின் நம்பிக்கையான இயேசுவைப்பற்றி மற்றவர்களிடம் பகிர இரண்டு பிரச்சினைகள் உண்டு என்று விசுவாசிகள் கூறுவார்கள். எப்படிச் சொல்வது, யாரிடம் டிசால்வது இந்தப் பாடப் பகுதியில் இரண்டு பிரச்சினைகளுக்கும் நீங்கள் விடைபெற்றுவிட்டீர்கள். இப்பொழுது உங்களுக்கு சுவிசேஷத்தைஎப்படி பகிர்வதென்று அறிந்து மட்டுமல்ல, யாா-ிடம் பகிர்வது என்று ஒரு பட்டியலும் உங்களிடம் உண்டு.

- தங்கள் பட்டியலிலுள்ள ஐந்து பெயர்களை குறிப்பிடுமாறு கூறுங்கள். இந்த ஐந்து பேரிடம் வருகிற வாரத்தில் தங்கள் சாட்சியை பகிறுமாறு ஊக்கப்படுத்துங்கள்.

"உங்கள் கைகளைப் பாருங்கள். உங்கள் ஐந்து விரல்களும் தேவனை அறியவேண்டிய ஐந்து பேர்களைப்பற்றி ஜெபிக்குமாறு உங்களுக்கு ஞாபகப்படுத்தட்டும். பாத்திரம் கழுவும்போதோ, எழுதும்போதோ, கம்ப்யூட்டர் உபயோகிக்கும்போதோ, உங்கள் ஐந்து விரல்களும் உங்களை ஜெபிக்க ஞாபகப்படுத்தட்டும்."

- பயிற்சிபெறுபவர்களை, தங்கள் பட்டியலில் இருக்கும் நபர்களுக்கு குழுவாக ஜெபிக்குமாறு கேட்டுக்கொள்ளுங்கள்.

  ஜெபித்தப்பின், எல்லாருக்கும் ஒரு மிட்டாயைப் பா-ிசாகக் கொடுத்து, ''நாம் எல்லாரும் சுவிசேஷத்தை எப்படி பகிர்வதென்றும் யாரிடம் பகிர்வதென்றும் அறிந்தபடியால், நாம் எல்லாரும் வெற்றி பெற்றவர்கள்.'' என்று கூறுங்கள்.

My Acts 29
N
E
W
sickle People
My friend
family
School
Bible School
RIVER
RIVER
Lake
Football Field
Military Base
People to share gospel with

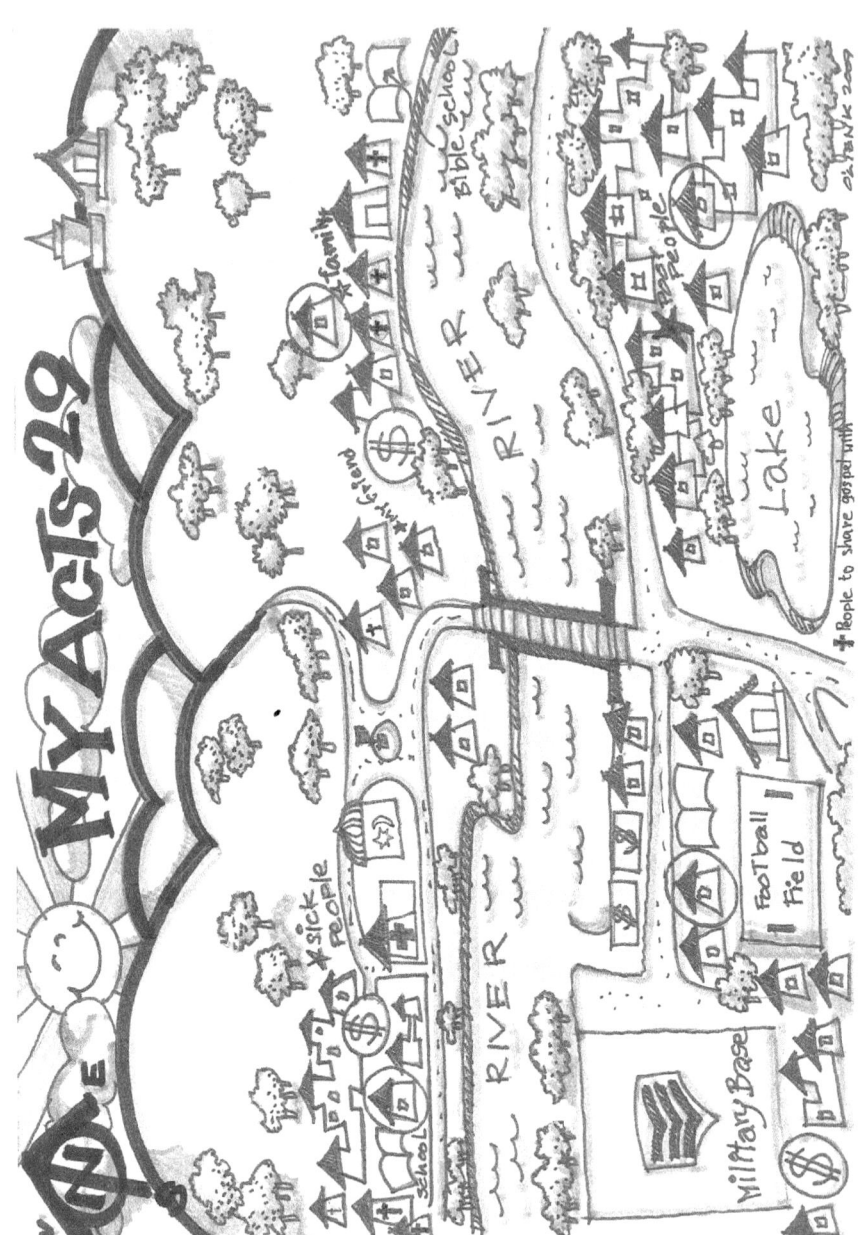

9

விதை

"“விதை” என்ற இந்தப் பகுதி, இயேசுவை விதைக்கிறவராக அறிமுகப்படுத்துகிறது. விதைக்கிறவர்கள் விதை விதைத்து, நிலத்தை பராமரித்து நல்ல விளைச்சல் உண்டாகும்போது மகிழ்ச்சி அடைகிறார்கள். நம்மில் வாழ்கிற இயேசு விதைக்கிறவராக இருப்பதால், அவரைப் பின்பற்றும்போது நாமும் விதைக்கிறவர்களாவோம். சிறிதளவு விதைக்கும்போது சிறிதளவு அறுக்கிறோம், பெரிதளவு விதைக்கும் போது பெரிதளவு விதைக்கிறோம்.

மக்களின் வாழ்வில் நாம் எதை விதைக்க வேண்டும்? எளிய சுவிசேஷம் மட்டுமே மக்களை மாறச்செய்து, தேவனுடைய குடும்பத்திற்குள் மீண்டும் அழைத்துவர முழயும். ஒருவர் வாழ்வில் தேவன் கிரியை செய்கிறார் என்று அறியும்போது, எளிதான சுவிசேஷத்தை நாம் அவரோடு பகிர்கிறோம். தேவனுடைய வல்லமையால் மட்டுமே அவர் இரட்சிக்கப்படுகிறார் என்று நாம் அறிவோம்.

துதி

- தேவ பிரசன்னத்திற்காகவும், அவர் ஆசீர்வாதத்திற்காகவும் யாராவது ஒருவரை ஜெபிக்குமாறு கேட்டுக்கொள்ளுங்கள்.

- இரண்டு பாடல்கள் அல்லது கவிகளை சேர்ந்து பாடுங்கள்

ஜெபம்

- பயிற்சி பெறுபவர்களை இரண்டிரண்டு பேராக பிரிக்கவும். ஒவ்வொருவரும், இதுவரை தாங்கள் கூட்டுசேராத ஒருவருடன் சேரவேண்டும்.

- ஒவ்வொருவரும் தங்கள் கூட்டாளியோடு, பின்வரும் கேள்விகளுக்கான பதில்களைப் பகிரவேண்டும்.

    1. நமக்குத் தெரிந்த, இரட்சிக்கப்படவேண்டியவர் களுக்காக எவ்வாறு ஜெபிக்கலாம்?

    2. நீங்கள் பயிற்சியளிக்கும் குழுவுக்காக எவ்வாறு ஜெபிக்கலாம்?

- பயிற்சிபெறும் சிலர் இன்னும் மற்றவர்களுக்கு பயிற்சியளிக்க துவங்கவில்லையானால், இனிவரும் காலத்தில் தாங்கள் பயிற்சியளிக்கக் கூடியவர்களுக்காக ஜெபிக்கலாம்.

- ஒவ்வொருவரும் தங்கள் கூட்டாளியோடு சேர்ந்து ஜெபிக்கவும்.

பாடம்

மறுஆய்வு

ஒவ்வொரு மறுஆய்வு பகுதியும் ஒன்றுபோலவே இருக்கும். புயிற்சி பெறுபவர்களை எழுந்து நிற்கக்கூறி, முன்கற்றுக்கொண்ட பாடங்களை ஒப்பிக்குமாறு கேட்டுக்கொள்ளுங்கள். கை அசைவுகளையும், தவ-றாமல் செய்யுமாறு கூறுங்கள் முந்தின நான்கு பாடங்களையும் மறுஆய்வு செய்யவேண்டும்.

இயேசுவைப் பின்பற்ற உதவும் எட்டு வகையான படங்கள் யாவை?

இராணுவவீரர், தேடுபவர், மேய்ப்பர், விதைக்கிறவர், மகன், பரிசுத்தவான், வேலைக்காரர், உக்கிராணக்காரர்.

கீழ்ப்படி

விதை 153

வேலைக்காரர் செய்யும் மூன்று காரியங்கள் யாவை?

மிக உயர்ந்த அதிகாரம் யாருக்கு உள்ளது?

ஒவ்வொரு விசுவாசிக்கும் இயேசு அளித்த நான்கு கட்டளைகள் யாவை?

நாம் இயேசுவுக்கு எவ்வாறு கீழ்ப்படிய வேண்டும்?

ஒவ்வொரு விசுவாசிக்கும் இயேசு அளித்த வாக்கு என்ன?

நட

ஒரு மகன் செய்யும் மூன்று காரியங்கள் யாவை?

இயேசுவின் பணியில் அவருடைய வல்லமை எங்கிருந்து வந்தது?

சிலுவை மரணத்திற்குமுன், விசுவாசிகளுக்கு இயேசு பரிசுத்த ஆவியைக்குறித்து அளித்த வாக்கு என்ன?

உயிர்த்தெழுந்த பின் விசுவாசிகளுக்கு இயேசு பரிசுத்த ஆவியைக்குறித்து அளித்த வாக்கு என்ன?

பரிசுத்த ஆவியைக் குறித்துப் பின்பற்றவேண்டிய நான்கு கட்டளைகள் யாவை?

போ

தேடுபவர் செய்யும் மூன்று காரியங்கள் யாவை?

எங்கே பணி செய்யவேண்டும் என்று இயேசு எவ்வாறு முடிவு செய்தார்.

எங்கே முடிவு செய்யவேண்டும் என்று நாம் எவ்வாறு முடிவு செய்யவேண்டும்?

தேவன் செயல்படுகிறார் என்று நாம் எவ்வாறு அறியலாம்?

இயேசு எங்கே செயல்படுகிறார்?

இயேசு செயல்படும் மற்றொரு இடம் எது?

பகிர்

இரானுவவீரன் செய்யும் மூன்று காரியங்கள் யாவை?

சாத்தானை நாம் எப்படி வெற்றிடிகாள்ளலாம்?

வல்லமையான ஒரு சாட்சியின் சுருக்கம் என்ன?

பின்பற்றவேண்டிய சில முக்கிய குறிப்புகள் என்ன?

இயேசு எப்படிப்பட்டவர்?

□மத். 13:36,37□ அப்பொழுது இயேசு ஜனங்களை அனுப்பிவிட்டு வீட்டுக்குப் போனார். அவருடைய சீஷர்கள் அவரிடத்தில் வந்து: நிலத்தின் களைகளைப் பற்றிய உவமையை எங்களுக்கு வெளிப்படுத்தவேண்டுமென்று கேட்டார்கள். அவர் பிரதியுத்திரமாக; நல்ல விதைக்கிறவன் மனுஷகுமாரன்..."

"இயேசு விதைக்கிறவரும், அறுவடையின் ஆண்டவருமாயிருக்கிறார் விதைக்கிறவர்."

✋விதை தூவுவதைப்போல சைகை செய்து காண்பியுங்கள்.

விதைக்கிறவர் செய்யும் மூன்று காரியங்கள் என்ன?

□மாற்கு 4:26-29□ பின்னும் அவர் அவர்களை நோக்கி: தேவனுடைய ராஜ்யமானது, ஒரு மனுஷன் நிலத்தில் விதையை விதைத்து; இரவில் தூங்கி பகலில் விழித்திருக்க, அவனுக்குத் தெரியாதவிதமாய், விதை முளைத்துப் பயிராகிறதற்கு ஒப்பாயிருக்கிறது. எப்படியென்றால், நிலமானது முன்பு முளையையும், பின்பு கதிரையும், கதிரிலெ நிறைந்த தானியத்தையும் பலனாகத்

தானாய்க் கொடுக்கும். பயிர் விரைந்து அனுப்புக் காலம் வந்தவுடனே, அனுக்கிறதற்கு ஆட்களை அனுப்புகிறான் என்றார்.

1. விதைக்கிறவர்கள் நல்ல விதைகளை விதைப்பார்கள்

2. விதைகிறவர்கள் விதை விதைத்த நிலத்தை பராமரிப்பார்கள்.

3. விதைக்கிறர்கள் அறுவடையை எதிர்பார்ப்பார்கள்.

“இயேசு விதைக்கிறவர்; அவர் நமக்குள் வாழ்கிறார். அவர் நம் இதயத்தில் நல்ல விதையை விதைக்கிறார்; ஆனால் சாத்தானோ கெட்ட விதையை விதைக்கிறான். இயேசு விதைக்கிற விதை நித்திய வாழ்விற்கு நம்மை நடத்துகிறது. அவரை பின்பற்றும்போது, நாமும் விதைக்கிறவர்களாகிறோம்.

நாம் சுவிசேஷமாகிய நல்ல விதையை விதைப்போம். தேவன் நம்மை அனுப்பின இடத்தில் நிலத்தை பராமரித்து, நல்ல அறு-வடையை எதிர்பார்ப்போம்.”

எளிய சுவிசேஷம் என்றால் என்ன?

லூக்கா 24:1-7 வாரத்தின் முதலாம் நாள் அதிகாலையி-லே தாங்கள் ஆயத்தம் பண்ணின கந்தவர்கங்களை அவர்-கள் எடுத்துக்கொண்டு வேறு சில ஸ்திரீகளொடுங்கூடக் கல்லறையினிடத்தில் வந்தார்கள். கல்லறையை அடைத்திருந்த கல் புரட்டித் தள்ளப்பட்டிருக்கிறதைக் கண்டு, உள்ளே பிரவேசித்து, கர்த்தராகிய இயேசுவ-ின் சரீரத்தைக் காணாமல், அதைக்குறித்து மிகுந்த கலக்கமடைந்திருக்கையில், பிரகாசமுள்ள வஸ்திரந்தரித்த இரண்டுபேர் அவர்கள் அருகே நின்றார்கள். அந்த ஸ்திர-ீகள் பயப்பட்டு தலை கவிழ்ந்து தரையை நோக்கி நிற்கையில், அந்த இரண்டுபேரும் அவர்களை நோக்கி: உயிரோடிருக்கிறவரை நீங்கள் மரித்தோரிடத்தில் தேடுகிறதென்ன? அவர் இங்கே இல்லை, அவர் உயிர்த்தெழுந்தார். மனுஷகுமாரன் பாவிகளான மனுஷர்கையில் ஒப்புக்கொடுக்கப்படவும், சிலுவைய-

ில் அறையப்படவும், மூன்றாம் நாளில் எழுந்திருக்கவும் வேண்டுமென்பதாக அவர் கலிலேயாவிலிருந்த காலத்தில் உங்களுக்குச் சொன்னதை நினைவு கூறுங்கள் என்றார்கள்.

முதலாவது...

“தேவன் ஒரு உலகத்தை படைத்தார்”

✋கைகளால் உலகத்தை குறிப்பதுபோல் ஒரு பெரிய வட்டத்தை குறியுங்கள்.

“மனிதனை தன் குடும்பத்தின் அங்கமாக்கினார்.”

✋இரு கைகளையும் பிழத்துக் காண்பியுங்கள்.

இரண்டாவது...

“தேவனுக்குக் கீழ்ப்படியாததால், மனிதன் உலகத்தில் பாவத்தையும் பாடுகளையும் கொண்டுவந்தான்.”

✋கைகளை உயர்த்தி சண்டைபோடுவதுபோல காண்பியுங்கள்.

“எனவே, மனிதன் தேவனுடைய குடும்பத்தைவிட்டு பிரிந்துபோக வேண்டியிருந்தது.”

✋கைகளை ஒன்றாக சேர்த்து, பின் தனித்தனியாகயிருந்தது□ பிரித்துக்காண்பியுங்கள்.

மூன்றாவதாக...

“தேவன் தன் மகன் இயேசுவை உலகத்திற்கு அனுப்பினார். அவர் ஒரு வாழ்க்கையை வாழ்ந்தார்.”

✋கைகளை உயர்த்தி, கீழே வருவதுபோன்ற சைகையை காண்பியுங்கள்

"நம் பாவங்களுக்காக இயேசு சிலுவையில் மரித்தார்."

✋இரு உள்ளங்கைகளிலும் மற்ற கையின் நடுவிரலால் தொட்டுக் காண்பியுங்கள்.

"அவர் அடக்கம் பண்ணப்பட்டார்."

✋வலது கை முட்டியை இடது கையால் பிடித்து, உடல் அடக்கம் பண்ணப்படுவதுபோல் வலது கையை பின்னாக சாய்த்துக் காண்பியுங்கள்.

"தேவன் அவரை மூன்றாவது நாளில் உயிரோடு எழுப்பினார்."

✋பின்னால் சாய்ந்த வலது கையை மேலே தூக்கி, அந்த கையில் மூன்று விரல்களைக் காண்பியுங்கள்.

"நமது பாவங்களுக்காக இயேசு செலுத்திய பலியை தேவன் பார்த்து, அதை ஏற்றுக்கொண்டார்."

✋உள்ளங்கைகளை வெளிப்புறமாகக் வைத்து, கைகளை கீழே கொண்டுவரவும். பின்பு, கரங்களை மெதுவாகத் தூக்கி, மார்போடு சேர்த்து காண்பியுங்கள்.

நான்காவது

"இயேசு தேவனுடைய மகன் என்றும், நம் பாவங்களுக்கான விலைக் கிரயத்தை செலுத்தினார் என்றும் நம்பி..."

✋கைகளை மேலே உயர்த்திக் காண்பியுங்கள்.

"...தங்கள் பாவங்களை உணர்ந்து மனஸ்தாபப்பட்டு..."

✋உள்ளங்கைகளை வெளியாக வைத்தவாறு, முகத்தை மறைத்து, தலையை திருப்பிக் காண்பியுங்கள்.

"...பாவத்திலிருந்து மீட்கப்படும்படி கேட்கிறவர்கள்..."

✋கைகளை கூப்பவும்

“தேவனுடைய குடும்பத்திற்கு திரும்ப வருமாறு அழைக்கப்படுகிறார்கள்.”

👋கைகளை சேர்த்துப் பிடியுங்கள்.

“நீங்கள் தேவனுடைய குடும்பத்திற்கு திரும்பிவர ஆயத்தமாயிருக்கிறீர்களா? நாம் சேர்ந்து ஜெபம் செய்வோம். தேவன் குறைபாடற்ற உலகத்தை உருவாக்கினார் என்றும், நமது பாவங்களுக்காக மரிக்க தன் மகனை அனுப்பினார் என்றும் நீங்கள் நம்புகிறீர்களென்று தேவனிடத்தில் கூறுங்கள். உங்கள் பாவங்களுக்காக வருந்தி, தேவனுடைய குடும்பத்தில் மீண்டும் சேர்த்துக்கொள்ளுமாறு கேளுங்கள்.”

- *முக்கிய குறிப்பு!* நீங்கள் பயிற்சியளிக்கும் எல்லாரும் உண்மையில் விசுவாசிகளா என்று உறுதிப்படுத்துங்கள். □தேவனுடைய குடும்பத்திற்குள் திரும்பி வருவதற்கு ஆயத்தமா,□ என்ற கேள்விக்கு அவர்கள் பதில் தர சிறிது நேரம் கொடுக்கவும்.

- இந்த எளிமையான சுவிசேஷத்தின வரிசை முறையை அவர்கள் நன்றாக கற்றுக்கொள்ளும் வரை அதை மறுபடி மறுபடி கூறுங்கள். எங்கள் அனுபவத்தில், விசுவாசிகளான அநேகருக்கு தங்கள் தேவ நம்பிக்கையை பகிர்வது எப்படியென்று அறியாமலிருக்கிறார்கள்; எனவே, எல்லாரும் எளிதான சுவிசேஷத்தின் அர்த்தத்தை தெளிவாக கற்றுக்கொள்வதற்கு நேரம் அளியுங்கள்.

- பயிற்சி பெறுபவர்கள் இந்த சுவிசேஷத்தை வழங்கும் வரிசைமுறையையும் கை செய்கைகளையும் நன்கு கற்றுக்கொள்ளும்படி படிப்படியாகக் கற்றுக்கொள்ள உதவுங்கள். முதல் குறிப்பில் ஆரம்பித்து அதை பலமுறை திரும்பத்திரும்ப கூறுங்கள். பின், இரண்டாவது குறிப்பை பகிர்ந்து, அதையும் பலமுறை கூறுங்கள். அதற்குப்பின், ஒன்றாம் இரண்டாம் குறிப்புகளை சேர்ந்து பலமுறை திரும்பக் கற்றுக்கொள்ள உதவுங்கள். மூன்றாம் குறிப்பைக் கற்றுககொடுத்து, பின் மூன்று குறிப்புகளையும் சேர்ந்து கற்றுக்கொள்ள உதவுங்கள். கடைசியாக, நான்காவது குறிப்பைக் கற்றுத்தந்து பலமுறை திரும்பிக்கூற செய்து, பின் நான்கு குறிப்புகளையும் சேர்ந்து கற்றுக்கொள்ள உதவுங்கள். பயிற்சி பெறுபவர்கள் முழு வரிசையையும், கையசைவுகளோடு பலமுறை செய்து காண்பிக்க கூடியவர்களாக இருக்க வேண்டும்.

மனப்பாட வசனம்

லூக்கா 8:5 நல்ல நிலத்தில் விதைக்கப்பட்டவர்கள் வசனத்தைக் கேட்டு, அதை உண்மையும் நன்மையுமான இருதயத்திதெ காத்தும் பொறுமையுடனே பலன்கொடுக்கிறவர்களா-யிருக்கிறார்கள்.

- அனைவரும் எழுந்துநின்று மனப்பாட வசனத்தை பத்துமுறை சேர்ந்து சொல்ல வேண்டும். முதல் ஆறுமுறை, பயிற்சி பெ-றுபவர்கள் தங்கள் வேதத்தையே புத்தகத்தையோ பார்த்து கூறலாம். பின் நான்குமுறையும், மனப்பாடமாக கூறவேண்டும்; முடித்தப்பின் அனைவரும் உட்காரலாம்.

செயற்பயிற்சி

- கவனமாக வாசியுங்கள்! இந்த 'விதை' பகுதியின் பயிற்சி பாடம் மற்ற பயிற்சி பாடங்களைவிட வித்தியாசமானது.

- பயிற்சி பெறுபவர்கள் ஒவ்வொருவரும் தங்கள் ஜெபக் கூட்டாளியை பார்த்தவாறு நிற்கச் சொல்லுங்கள். இரு கூட்டாளிகளும் எளிதான சுவிசேஷத்தை கையசைவுகளொடுகூட ஒன்றாக கூற வேண்டும்.

- முடித்தப்பின், ஒவ்வொருவரும் வேறு கூட்டாளியோடு சேர்ந்து, அதேபோல் பயிற்சி செய்ய வேண்டும்.

- ஒவ்வொருவரும் எட்டு பேரோடு சேர்ந்து எளிதான சுவிசேஷ த்தை கையசைவுகளோடு சொல்ல வேண்டும்.

- ஒவ்வொருவரும் எட்டு பேரோடு சேர்ந்து கூறியபிறகு, குழு-வாக ஒருமுறை கையசைவுகளோடு சொல்ல வேண்டும். பல-முறை செய்ததால், எவ்வளவு நன்கு செய்கிறார்கள் என்பது மிக ஆச்சரியமாக இருக்கும்!

சுவிசேஷமாகிய விதையை விதைக்க மறவாதீர்கள்

"சுவிசேஷ விதையை விதைக்க மறவாதீர்கள்! விதையை விதைக்காவிட்டால், அறுவடை இருக்காது. ஒரு சில விை-

தகளை விதைத்தால், சிறிய அறுவடையே கிடைக்கும். பல விதைகளை விதைத்தால், பெரிதான அறுவடையினால் தேவன் உங்களை ஆசீர்வதிப்பார். உங்களுக்கு எவ்விதமான அறுவடை வேண்டும்?

“யாரிடமாவது, அவர்கள் இயேசுவைப் பின்பற்றுவதைப் பற்றி மேலும் அறிய விரும்புகிறார்களா என்று நீங்கள் கேட்டு, அவர்கள் ‘ஆம்’ என்று சொன்னார்களானால், அது சுவிசேஷ விதையை விதைக்கும் சமயம். தேவன் அவர்கள் வாழ்வில் கிரியை செய்கிறார்!

“சுவிசேஷ விதையை விதையுங்கள்! விதைக்கவில்லையானால், அறுவடையும் இல்லை. இயேசு விதைக்கிறவர்; அவர் பெரிய அறுவடையை எதிர்பார்த்திருக்கிறார்.

“இப்பயிற்சி முடிந்தப்பின் நீங்கள் இந்த பாடத்தைக் கற்றுக்கொடுக்கக்கூடிய யாராவது ஒருவரை ஞாபகப்படுத்திப் பாருங்கள். இந்தப் பாடத்தின் முதல் பக்கத்தின் மேற்பகுதியில் அந்த நபரின் பெயரை எழுதுங்கள்.”

முடிவு

அப் 29:21 எங்கெ இருக்கிறது?

“உங்கள் வேதத்தில் அப். 29 : 21 பகுதியை திருப்புங்கள்.”

- அப். நடபடிகள் புத்தகத்தில் இருபத்தி எட்டு அதிகாரங்கள் மட்டுமே உள்ளன என்று பயிற்சி பெறுபவர்கள் சொல்லுவார்கள்.

“என் வேதத்தில் அப். 29ம் அதிகாரம் இருக்கிறது.”

- சில பயிற்சி பெறுபவர்களை முன்னால் வருமாறு அழைத்து, அவர்கள் வேதங்களில் ஆம் 28ம் அதிகாரம் கடைசி பகுதியைக் காண்பித்து, அப். 29ம் அதிகாரமும் உள்ளது என்று கூறுங்கள்.

“அப். 29 என்பது இந்த சமயத்தைக் குறிக்கும். பரிசுத்த ஆவி நம் மூலம் என்ன கிரியை செய்கிறார் என்று தேவன் பதிவு செய்து கொண்டிருக்கிறார்; நாமும் அதை ஒருநாள் வாசிக்க

முடியும். அது என்ன கூறவேண்டுமென்று விரும்புகிறீர்கள்? உங்கள் தரிசனம் என்ன? நாம் குறித்து வந்த வரைபடம் நமது ‘அப். 29 வரைபடம்’; அது தேவன் நம் வாழ்வில் என்ன செய்ய விரும்புகிறார் என்பதின் காட்சி. நான் என்னுடைய அப்.29 காட்சியை உங்களோடு பகிர்ந்துகொள்ள விரும்புகிறேன்.”

- உங்கள் ‘அப். 29’ காட்சியை குழுவோடு பகிருங்கள். விசுவாசிகள், மற்றும் அவிசுவாசிகள் ஆகிய இரண்டு மக்கள் தரப்பையும் உட்படுத்துங்கள். அவிசுவாசிகளோடு நாம் சுவிசேஷத்தை பகிரவேண்டுமென்பதும், விசுவாசிகளோடு கிறிஸ்துவை பின்பற்றவும் தங்கள் நம்பிக்கையை மற்றவர்களோடு பகிர்வதற்கும் பயிற்சியளிக்க வேண்டுமென்பதும் தேவனுடைய விருப்பம்.

  “நம் அப். 29 வரைபடங்கள், இயேசு நம்மை சுமக்கும்படி நமக்கு அளித்த சிலுவைக்கு அடையாளம். இப்பொழுது நாம் நமது வரைபடங்களை தேவனிடம் காண்பித்து, ஒருவருக்கொருவர் ஜெபித்து, நம் வாழ்க்கையை இயேசுவை பின்பற்ற ஒப்புக்கொடுக்கும் ஒரு தூய நேரத்திற்குள் கடந்து செல்லப்போகிறோம்.”

- பயிற்சிபெறுபவர்களை, புதிய சீடத்துவ குழுக்கள் அமைக்க குறைந்தது மூன்று இடங்களை வட்டமிட்டு காண்பிக்கும்படி கேட்டுக்கொள்ளுங்கள். அந்த வட்டங்களுக்கு அருகில், அந்தக் குழுக்களின் தலைவர், மற்றும் குழு செயல்படும் வீட்டில் வசிக்கும் குடும்பத்தின் பெயரையும் குறிப்பிடவும்.

- அவர்கள் ஏற்கனவே ஒரு குழுவை துவங்கியிருப்பார்களானால், அவர்களைப் பாராட்டி, தங்கள் வரைபடத்தில் குறிக்கும்படி சொல்லுங்கள் இன்னும் ஆரம்பிக்கவில்லையெனில், தேவன் எங்கே செயல்படுகிறார் என்று உணர்ந்து அறிய உதவுங்கள்.

- இது தங்கள் வரைபடங்களை தயார் செய்து காட்சியளிக்கும் கடைசி முறை. தேவைப்பட்டால், அதிக நேரம் தரவும்.

அப் 29 வரைபடம் - பாகம் மூன்று

- பயிற்சிபெறுபவர்களை, புதிய சீடத்துவ குழுக்கள் அமைக்க குறைந்தது மூன்று இடங்களை வட்டமிட்டு காண்பிக்கும்படி கேட்டுக்கொள்ளுங்கள். அந்த வட்டங்களுக்கு அருகில், அந்தக் குழுக்களின் தலைவர், மற்றும் குழு செயல்படும் வீட்டில் வசிக்கும் குடும்பத்தின் பெயரையும் குறிப்பிடவும்.

- அவர்கள் ஏற்கனவே ஒரு குழுவை துவங்கியிருப்பார்களானால், அவர்களைப் பாராட்டி, தங்கள் வரைபடத்தில் குறிக்கும்படி சொல்லுங்கள் இன்னும் ஆரம்பிக்கவில்லையெனில், தேவன் எங்கே செயல்படுகிறார் என்று உணர்ந்து அறிய உதவுங்கள்.

- இது தங்கள் வரைபடங்களை தயார் செய்து காட்சியளிக்கும் கடைசி முறை. தேவைப்பட்டால், அதிக நேரம் தரவும்.

10

எடுத்துக்கொள

‘எடுத்துக்கொள்’ என்ற இப்பகுதி, இந்த பயிற்சியின் கடைசி பகுதியா-கும். அனுதினமும் நம் சிலுவையை எடுத்துக்கொண்டு தம்மைப் பின்பற்றும்படி இயேசு கட்டளை கொடுத்திருக்கிறார். அப். 29 வ-ரைபடமானது, இயேசு நம் ஒவ்வொருவருக்கும் அளித்த சிலுவையின் அடையாள படமாயிருக்கிறது.

இந்த கடைசி பகுதியில், பயிற்சிபெறுவோர் தங்கள் அப். 29 வரைபடத்தை குழுவுக்கு வழங்குவார்கள். ஒவ்வொருவரும் அவ்வாறு வழங்கியபின், குழு அவர் மீதும் அவர் வரைபடம் மீதும் கைகளை வைத்து, அவர்கள் பணியில் தேவ ஆசீர்வாதத்திற்காகவும், அபிஷேகத்திற்காகவும் ஜெபிப்பார்கள். ஒவ்வொருவரிடமும் குழுவாக, “உன் சிலுவையை எடுத்துக்கொண்டு, இயேசுவை பின்பற்று”என்ற கட்டளையை மூன்று முறை அறைகூவலாக கூறுவார்கள். ஒவ்வொருவராக, பயிற்சிபெறுபவர் யாவரும் தங்கள் அப். 29 வரைபடத்தை வழங்குவார்கள். சீடர்களாக்கும் பணியில் மீண்டும் ஒப்புக்கொடுக்கும் வண்ணம் ஒரு துதி பாடலை பாடியபின், ஒரு ஆவிக்குறிய தலைவர் இந்த பயிற்சியை ஜெபித்து முடிவுசெய்வார்.

துதி

- தேவ பிரசன்னத்திற்காகவும், அவர் ஆசீர்வாதத்திற்காகவும் யாராவது ஒருவரை ஜெபிக்குமாறு கேட்டுக்கொள்ளுங்கள்.

- இரண்டு பாடல்கள் அல்லது கவிகளை சேர்ந்து பாடுங்கள்.

ஜெபம்

- பயிற்சி பெறுபவர்களை இரண்டிரண்டு பேராக பிரிக்கவும். ஒவ்வொருவரும், இதுவரை தாங்கள் கூட்டுசேராத ஒருவருடன் சேரவேண்டும்.

- ஒவ்வொருவரும் தங்கள் கூட்டாளியோடு, பின்வரும் கேள்விகளுக்கான பதில்களைப் பகிரவேண்டும்.

    1. நமக்குத் தெரிந்த, இரட்சிக்கப்படவேண்டியவர் களுக்காக எவ்வாறு ஜெபிக்கலாம்?

    2. நீங்கள் பயிற்சியளிக்கும் குழுவுக்காக எவ்வாறு ஜெபிக்கலாம்?

- பயிற்சிபெறும் சிலர் இன்னும் மற்றவர்களுக்கு பயிற்சியளிக்க துவங்கவில்லையானால், இனிவரும் காலத்தில் தாங்கள் பயிற்சியளிக்கக் கூடியவர்களுக்காக ஜெபிக்கலாம்.

- ஒவ்வொருவரும் தங்கள் கூட்டாளியோடு சேர்ந்து ஜெபிக்கவும்.

மறுஆய்வு

ஒவ்வொரு மறுஆய்வு பகுதியும் ஒன்றுபோலவே இருக்கும். புயிற்சி பெறுபவர்களை எழுந்து நிற்கக்கூறி, முன்கற்றுக்கொண்ட பாடங்களை ஒப்பிக்குமாறு கேட்டுக்கொள்ளுங்கள். கை அசைவுகளையும், தவ-றாமல் செய்யுமாறு கூறுங்கள். இந்த மறுஆய்வு பகுதியில் முந்தின எல்லா பாடங்களையும் மறுஆய்வு செய்யவேண்டும்.

இயேசுவைப் பின்பற்ற உதவும் எட்டு வகையான படங்கள் யாவை?

இராணுவவீரர், தேடுபவர், மேய்ப்பர், விதைக்கிறவர், மகன், பரிசுத்தவான், வேலைக்காரர், உக்கிராணக்காரர்.

பெருக்கு

ஓர் உக்கிராணக்காரன் செய்யும் முன்று காரியங்கள் எவை?

மனிதனுக்கு தேவனின் முதல் கட்டளை யாது?

யேசு மனிதனுக்குக் கொடுத்த இறுதிக் கட்டளையாது?

நான் பிதம் கனிதந்து பெருக முடியும்?

இஸ்ரேல் நாட்ழனுள்ள இரண்டு கடல்கள் யாவை?

ஏன் அவை மாறுபடுகின்றன?

நீ எதைப்போல் இருக்க விரும்புகிறாய்?

அன்புசெலுத்து

ஒரு மேய்ப்பனின் மூன்று செயல்கள் யாவை?

பிறருக்குக்கற்றுக் கொடுக்கவேண்டிய முக்கிய கட்டளை யாது?

அன்பு எங்கிருந்து தோன்றுகிறது?

எளிய ஆராதனை என்றால் என்ன?

நாம் ஏன் எளிய ஆராதனை செய்யவேண்டும்?

எளிய ஆராதனைக்கு எத்தனை பேர் வேண்டும்?

ஜெபம்

ஒரு பரிசுத்தவான் செய்யும் மூன்று செயல்கள் யாவை?

நாம் எவ்வாறு ஜெபிக்க வேண்டும்?

தேவன் எவ்வாறு பதிலளிக்கிறார்?

தேவனின் தொலைபேசி எண் என்ன?

கீழ்ப்படி

வேலைக்காரர் செய்யும் மூன்று காரியங்கள் யாவை?

மிக உயர்ந்த அதிகாரம் யாருக்கு உள்ளது?

ஒவ்வொரு விசுவாசிக்கும் இயேசு அளித்த நான்கு கட்டளைகள் யாவை?

நாம் இயேசுவுக்கு எவ்வாறு கீழ்ப்படிய வேண்டும்?

ஒவ்வொரு விசுவாசிக்கும் இயேசு அளித்த வாக்கு என்ன?

நட

ஒரு மகன் செய்யும் மூன்று காரியங்கள் யாவை?

இயேசுவின் பணியில் அவருடைய வல்லமை எங்கிருந்து வந்தது?

சிலுவை மரணத்திற்குமுன், விசுவாசிகளுக்கு இயேசு பரிசுத்த ஆவியைக்குறித்து அளித்த வாக்கு என்ன?

உயிர்த்தெழுந்த பின் விசுவாசிகளுக்கு இயேசு பரிசுத்த ஆவியைக்குறித்து அளித்த வாக்கு என்ன?

பரிசுத்த ஆவியைக் குறித்துப் பின்பற்றவேண்டிய நான்கு கட்டளைகள் யாவை?

போ

தேடுபவர் செய்யும் மூன்று காரியங்கள் யாவை?

எங்கே பணி செய்யவேண்டும் என்று இயேசு எவ்வாறு முடிவு செய்தார்.

எங்கே முடிவு செய்யவேண்டும் என்று நாம் எவ்வாறு முடிவு செய்யவேண்டும்?

தேவன் செயல்படுகிறார் என்று நாம் எவ்வாறு அறியலாம்?

இயேசு எங்கே செயல்படுகிறார்?

இயேசு செயல்படும் மற்றொரு இடம் எது?

பகிர்

இராணுவவீரன் செய்யும் மூன்று காரியங்கள் யாவை?

சாத்தானை நாம் எப்படி வெற்றிகொள்ளலாம்?

வல்லமையான ஒரு சாட்சியின் சுருக்கம் என்ன?

பின்பற்றவேண்டிய சில முக்கிய குறிப்புகள் என்ன?

விதை

விதைக்கிறவர் செய்யும் மூன்று காரியங்கள் என்ன?

எளிய சுவிசேஷம் என்றால் என்ன?

பாடம்

தன்னைப் பின்பற்றுகிறவர்களை இயேசு அனுதினமும் என்ன செய்ய வேண்டும் என்று கட்டளையிடுகிறார்?

□லூக்கா 9:23□ பின்பு அவர் எல்லாரையும் நோக்கி; ஒருவன் என் பின்னே வர விரும்பினால் அவன் தன்னைத்தான் வெறுத்து, தன் சிலுவையை அநுதினமும் எடுத்துக்கொண்டு, என்னைப் பின்பற்றக்கடவன்.

“தன்னைத்தான் வெறுத்து, சிலுவையை எடுத்து, இயேசுவைப் பின்பற்று.”

நம் சிலுவையை எடுத்துக்கொள்ளும்படி அழைக்கும் நான்கு குரல்கள் யாவை?

மேலிருந்து வரும் குரல்

மாற்கு 16:15 பின்பு, அவர் அவர்களை நோக்கி: நீங்கள் உலகமெங்கும் போய், சர்வ சிருஷ்டிக்கும் சுவிசேஷத்தைப் பிரசங்கியுங்கள்.

"நாம் சுவிசேஷத்தை பகிரும்படி இயேசு மேலோகத்திலிருந்து அழைக்கிறார். அவர் எல்லாவற்றிற்கும் மேலான அதிகாரமுடையவராகையால், எப்பொழுதும், உடனடியாகவும், அன்பின் இதயத்தோடும், கீழ்ப்படிய வேண்டும்."

"இதுதான் மேலிருந்து வரும் குரல்"

மேலே
✋ ஆட்காட்டி விரலை மேலே வானத்திற்கு காண்பியுங்கள்.

கீழேயிருந்து வரும் குரல்

லூக். 16:27-28 அப்பொழுது அவன்: அப்படியானால், தகப்பனே, எனக்கு ஐந்துபேர் சகோதரருண்டு, அவர்களும் வேதனையுள்ள இந்த இடத்துக்கு வராதபடி, அவன் போய் அவர்களுக்குச் சாட்சியாக அறிவிக்கும்பொருட்டு, நீர் அவனை என் தகப்பன் வீட்டுக்கு அனுப்பும்படி உம்மை வேண்டிக்கொள்ளுகிறேன் என்றான்.

"நரகத்துக்கு போன ஒரு பணக்காரனின் கதையை இயேசு கூறினார். அந்த கதையில், லாசரு என்ற ஒரு ஏழை மனிதன், மேலோகத்தை விட்டு பூமிக்கு போய், தன் ஐந்து சகோதரருக்கும் நரகத்தின் உண்மையைப் பற்றிக் கூறவேண்டும் என்று அந்த பணக்காரன் கேட்டுக் கொண்டான். ஆனால் ஆபிரகாமோ, அந்த ஐந்து சகோதரருக்கு வேண்டிய எச்சரிக்கை பூமியிலேயே உண்டு என்று கூறி மறுத்துவிட்டார். லாசரு திரும்ப பூமிக்குச் செல்ல முடியாது. மரணம் அடைந்து நரகத்துக்குப் போனவர்கள் நம்மை சுவிசேஷத்தை பகிரும்படி அழைக்கிறார்கள்."

“இது கீழேயிருந்து வரும் குரல்.”

கீழே
விரலால் கீழே நிலத்தைச் சுட்டிக்காட்டுங்கள்.

உள்ளேயிருந்து வரும் குரல்

□1 கொரி. 9:16□ சுவிசேஷத்தை நான் பிரசங்கித்து வந்தும், மேன்மைபாராட்ட எனக்கு இடமில்லை; அது என்மேல் விழுந்த கடமையாயிருக்கிறது; சுவிசேஷத்தை நான் பிரசங்கியாதிருந்தால், எனக்கு ஐயோ.

“பவுலுக்குள் பரிசுத்த ஆவியானவர் சுவிசேஷத்தை பகிருமாறு வருந்தி அழைத்தார். அதே பரிசுத்த ஆவியானவர் நம்மை நம் சிலுவையை எடுத்துக்கொண்டு சுவிசேஷத்தை பகிருமாறு அழைக்கிறார்.”

“இது உள்ளேயிருந்து வரும் குரல்.”

உள்ளே
ஒரு விரலை இதயத்திற்கு நேராக காண்பியுங்கள்

வெளியிலிருந்து வரும் குரல்.

□அப். 16:9□ அங்கே ராத்திரியிலே பவுலுக்கு ஒரு தரிசனம் உண்டாயிற்று; அதென்னவெனில், மக்கெதோனியா தேசத்தான் ஒருவன் வந்துநின்று: நீர் மக்கெதோனியாவுக்கு வந்து எங்களுக்கு உதவிசெய்ய வேண்டுமென்று தன்னை வேண்டிக்கொண்டதாக இருந்தது.

“பவுல் ஆசியாவுக்கு போகும்படி திட்டமிட்டிருந்தான், ஆனால் பரிசுத்த ஆவியானவர் அந்த சமயத்தில் பவுலை போகவிடவில்லை. மக்கெதோனியாவிலிருந்து ஒரு மனிதன், தன்னை அங்கு வந்து நற்செய்தியை பிரசங்கம் செய்ய வருந்திக் கேட்பதுபோல பவல் ஒரு காட்சியைக் கண்டார். உலகமெங்கிலும் சந்திக்கப்படாத மக்களும் மக்கள் கூட்டமும்

நம்மை சிலுவையை எடுத்துக்கொண்டு, நற்செய்தியை பகிரும்படி அழைக்கின்றனர்."

"இது வெளியிலிருந்து வரும் குரல்."

வெளியே

குழுவுக்கு நேராக கைகளை கூப்பி, "இங்கே வாருங்கள்" என்றவாரு சைகை செய்யுங்கள்.

- நான்கு குரல்களைப்பற்றியும் கையசைவுகளோடு குழுவோடு மறு ஆய்வு செய்து, ஒவ்வொரு குரலும் யாருடையது, எங்கிருந்து வருகிறது, என்ன சொல்லுகிறது என்று நன்கு புரியும்படி செய்யுங்கள்.

காட்சியளித்தல்

அப் 29 வரைபடங்கள

- பயிற்சிபெறுவோரை எட்டுபேர் அடங்கிய சிறு குழுக்களாக பிரிக்கவும். பயிற்சி பெறுவோரில் இருக்கும் ஆவிக்குரிய தலைவர்களை இக்குழுக்களுக்குத் தலைமையேற்கும்படி அழையுங்கள்.

- கீழ்வரும் அருட்பணி நேர வழிமுறையை பயிற்சிபெறுவோர்க்கு விளக்கிக் கூறுங்கள்.

- ஒவ்வொரு குழுவிலும் உள்ளவர்கள், தங்கள் வரைபடத்தை குழுவுக்கு காட்சியளிப்பார்கள். ஒவ்வொருவரும் அவ்வாரு காட்சியளித்தப்பின், குழுவாக சேர்ந்து காட்சியளித்தவர் மீதோ, அல்லது அவர் வரைபடம் மீதோ கைகளை வைத்து, தேவனுடைய வல்லமையும் ஆசீர்வாதமும் அவர்மீது இருக்கும்படி ஜெபிப்பார்கள்.

- ஒன்றாக சேர்ந்து, ஒவ்வொருவரும் வாய்விட்டு ஜெபிக்க வேண்டும். குழு தலைவர் ஆவியானவர் நடத்துகிறபடி கடைசியில் ஜெபித்து முடிக்கலாம்.

- ஜெபித்தப்பின், காட்சியளித்து முடித்தவர் தன் வரைபடத்தைச் சுருட்டி தோளின்மேல் வைக்க வேண்டும்; குழு ஒன்றாக சேர்ந்து, "உன் சிலுவையை எடுத்துக்கொண்டு இயேசுவைப் பின்பற்று" என்று மூன்று முறை கூற வேண்டும். பின், அடுத்த நபர் தன் வரைபடத்தை சாட்சியளித்து, மீண்டும் இந்த செயல்முறை நடக்க வேண்டும்.

- இந்த செயல்முறை ஆரம்பிக்குமுன், பயிற்சிபெறுவோரை, ☐உன் சிலுவையை எடுத்துக்கொண்டு நட☐ என்று ஒன்றாக சேர்ந்து மூன்று முறை கூறும்படி சொல்லுங்கள்; ஒவ்வொரு நபரும் வரைபடத்தை காட்சியளித்தப்பின் இந்தவாரே அவர்கள் கூறவேண்டும். இந்த வாக்கியத்தை ஒன்று சேர்ந்து சொல்வது எப்படி என்று அவர்கள் தீர்மானிக்க இது உதவும்.

- ஒரு குழுவில் எல்லாரும் தங்கள் வரைபடங்களை காட்சியளித்தப்பின், அக்குழுவில் உள்ளவர்கள் இன்னும் முடிக்காத மற்றொரு குழுவில் சேர வேண்டும்; இந்தபடி முடிவ-ில் அனைவரும் ஒரு பெரிய குழுவாக சேருவார்கள்.

- கடைசியாக, பயிற்சி பெறுவோர்க்கு அர்த்தமுள்ள ஒரு ஒப்புதல் துதி பாடலை பாடி, பயிற்சியை நிறைவு செய்யவும்.

பாகம் - 3
குறிப்புரை

மேலும் ஆய்வுக்கு

இப்புத்தகத்தில் வழங்கப்பட்டுள்ள தலைப்புகளைக் குறித்து மேலும் ஆய்வு செய்ய விரும்பினால், கீழ்கண்ட புத்தகங்களைப் புரட்டிப் பார்க்கவும். புதிய அருட்பணி இடங்களில், வேதத்துக்கு அடுத்ததாக மொழிப்பெயர்க்கப்பட வேண்டிய முக்கிய நூல்களின் பட்டியலுமாகும்.

Billheimer, Paul (1975). *Destined for the Throne.* Christian Literature Crusade.

Blackaby, Henry T. and King, Claude V (1990). *Experiencing God: Knowing and Doing the Will of God.* Lifeway Press.

Bright, Bill (1971). *How to Be Filled with the Holy Spirit.* Campus Crusade for Christ.

Carlton, R. Bruce (2003). *Acts 29: Practical Training in Facilitating Church-Planting Movements among the Neglected Harvest Fields.* Kairos Press.

Chen, John. *Training For Trainers (T4T).* Unpublished, no date.

Graham, Billy (1978). *The Holy Spirit: Activating God's Power in Your Life.* W Publishing Group.

Hodges, Herb (2001). *Tally Ho the Fox! The Foundation for Building World-Visionary, World Impacting, Reproducing Disciples.* Spiritual Life Ministries.

Hybels, Bill (1988). *Too Busy Not to Pray.* Intervarsity Press.

Murray, Andrew (2007). *With Christ in the School of Prayer.* Diggory Press.

Ogden, Greg (2003). *Transforming Discipleship: Making Disciples a Few at a Time.* InterVarsity Press.

Packer, J. I (1993). *Knowing God.* Intervarsity Press.

Patterson, George and Scoggins, Richard (1994). *Church Multiplication Guide.* William Carey Library.

Piper, John (2006). *What Jesus Demands from the World.* Crossway Books.

இணைப்பு அ

மொழிப்பெயர்ப்பாளருக்கு குறிப்புகள்

தேவனின் வழிநடத்துதல்படி இந்த பயிற்சி நூலை மற்ற மொழிகளுக்கு மொழிபெயர்க்க இந்நூலாசிரியர் அனுமதி அளிக்கிறார். இயேசுவைப் பின்பற்றுவோம் நூலை மொழிபெயர்க்கும்போது, பின்வரும் குறிப்புகளை வழிகாட்டிகளாக உபயோகிக்கவும்.

- மொழிப்பெயர்ப்பைத் துவங்குமுன், பலமுறை இந்த பயிற்சியை பிறருக்கு நடத்துமாறு பரிந்துரைக்கிறோம். மொழிபெயர்ப்பானது, வார்த்தைக்கு வார்த்தையாக செய்யப்படாமல், இதிலுள்ள அர்த்தத்தை மொழிப்பெயர்ப்பில் வலியுறுத்த வேண்டும். உதாரணத்திற்கு, 'ஆவியின்படி நடவுங்கள்' என்பது 'ஆவியின்படி வாழுங்கள்' என்று உங்கள் மொழி வேதத்தில் எழுதியிருந்தால், 'ஆவியின்படி வாழுங்கள்' என்ற சொற்றொடரை உபயோகித்து, அதற்றேப்ப கையசைவுகளை மாற்றிக்கொள்ளுங்கள்.

- இயன்ற அளவுக்கு, மொழிப்பெயர்ப்பு உங்கள் மக்களின் நடைமுறை மொழியைப் பயன்படுத்த வேண்டும்; 'கிறிஸ்தவ' வார்த்தைகளை பயன்படுத்துவதை தவிற்கவும்.

- உங்கள் குழுவில் உள்ள பெரும்பாலானோர் புரிந்துக்கொள்ளும் வேத மொழிப்பெயர்ப்பை உபயோகியுங்கள். ஒரே ஒரு மொழிப்பெயர்பே இருக்குமானால், இந்த புத்தகத்தில் குறிப்பிட்டுள்ள வசனங்களிலுள்ள கடினமான சொற்களை மாற்றி எளிதான சொற்களை உபயோகியுங்கள்.

- கிறிஸ்துவை விவரிக்கும் எட்டு படங்களுக்கும் ஒரு நல்ல அர்த்தம் தருகிற வார்த்தையை பயன்படுத்துங்கள். பல சமயங்களில், பயிற்சியளிக்கும். குழு பலவற்றை உபயோகித்துப் பார்த்து, பின் சரியான வாக்கை கண்டுபிடிக்க வேண்டியிருக்கும்.

- 'பரிசுத்தவான்' என்கிற வாக்கை உங்கள் கலாச்சாரத்தில், ஆராதித்து, ஜெபித்து, உயர்வான ஒழுக்கத்தில் வாழும் ஒரு நபருக்கு உபயோகிக்க வேண்டிய வாக்காக மொழிப்பெயருங்கள்.

அப்படியானால், ‘பரிசுத்த ஒருவர்’ என்ற பதத்தை உபயோகிக்க வேண்டியில்லை. நாங்கள் ‘பரிசுத்தவான்’ என்ற பதம் இயே-சுவை முழுமையாக விவரிக்காததால், ‘பரிசுத்த ஒருவர்’ என்ற பதத்தை உபயோகித்திருக்கிறோம்.

- ‘வேலையாள்’ என்ற வார்த்தையை ஒரு மேலான அர்த்தத்தில் மொழிப்பெயர்ப்பது எளிதானதல்ல, ஆனால் அவ்வாறு செய்வது முக்கியம். நீங்கள் உபயோகிக்கும் பதம், கடினம-ாக உழைத்து, தாழ்மையான உள்ளம் கொண்டு, பிறருக்கு உதவிசெய்வதில் மகிழ்ச்சிகொள்ளும் ஒருவறை சித்தரிக்க வேண்டும். பெரும்பாலான கலாச்சாரங்களில் ‘வேளையாள்’ மனப்பான்மை என்ற ஒரு பதம் உண்டு.

- இந்த பயிற்சியிலுள்ள எல்லா குறுநாடகங்களும் நாங்கள் தென்கிழக்கு ஆசியாவில் உருவாக்கியவை; பொதுவாக, அவை அந்த கலாச்சாரத்துக்குப் பொருந்தும். உங்கள் கலாச்சாரத்துக்கு ஏற்ப அவைகளை மாற்ற வேண்டுமானால் தாராளமாக அப்படிச் செய்யலாம்; உங்கள் மக்கள் புரிந்துக்கொள்ளும் பொருட்கள் அர்த்தங்கள் ஆகியவற்றை பயன்படுத்த முயற்சியுங்கள்.

இணைப்பு ஆ

அடிக்கடி கேட்கப்படும் கேள்விகள்

1. தீவிர சீடர்களாக்குவோம் பயிற்சியின் முக்கிய நோக்கம் என்ன?

எந்த வளருகின்ற சபையிலும், நீண்டநாள் செயலாற்றும் இயக்கத்திலும், ஆராதனை, ஜெபம், வேத ஆராய்ச்சி ஆகியவற்றிற்காக சந்தித்து, இயேசுவின் கட்டளைகளைப் பின்பற்றுவதில் ஒருவருக்கொருவர் பொறுப்பாயிருக்கும் சிறு விசுவாசிகள் கூட்டமே அடிப்படை கட்டுமான கற்களைப் போன்றன. இந்த உலகத்தை சந்திக்க இயேசு பயன்படுத்திய அனுகுமுறையில் முதல் மூன்று படிகள்: தேவனில் பலன்பெறு, சுவிசேஷத்தை பகிர், சீடர்களாக்கு என்பதாகும்.

எங்கள் அனுபவத்தில், சீடத்துவ குழு உருவாக்கும் ஒரு உருமாற்றம் தரக்கூடிய சமுதாயத்தை பெரிதளவு விசுவாசகிகள் அனுபவித்திருக்கமாட்டார்கள் என்று கண்டிருக்கிறோம். சீடர்களை உருவாக்கும் சீடர்கள் கொண்ட ஒரு இயக்கத்தில், குடும்ப ஜெபங்களில் குடும்பத்தின் அங்கத்தினர் ஒருவரையொருவர் சீடராக்குகின்றனர்; சபைகள் தங்கள் அங்கத்தினர்களை சீடத்துவ குழுக்கள் மூலமாகவும், ஞாயிறுபள்ளிகள் மூலமாகவும் சீடர்களாக்குகின்றன; சிறு குழுக்கள் தங்கள் உறுப்பினர்களை ஒருவரையொருவர் சீடர்களாக்க பயிற்றுவிக்கின்றர்; புதிய சபைகள் பெரும்பாலும் சிறு சீடத்துவ குழுக்களாகவே துவங்குகின்றன. இத்தகைய ஒரு இயக்கத்தில், சீடத்துவ குழுக்கள் எவ்விடத்திலும் உள்ளனர்.

2. கற்றுக்கொடுப்பதற்கும், பயிற்சி அளிப்பதற்குமுள்ள வித்தியாசம் என்ன?

பொறுப்பேற்றல். கற்றுக்கொடுப்பது மூளைக்கு ஊட்டத்தைத் தருகிறது. பயிற்சியோ, கைகளுக்கும் இதயத்துக்கும் ஊட்டத்தைத் தருகிறது. கற்றுக்கொடுக்கும் சூழலில், கற்றுக்கொடுக்கும் ஆசிரியர் அதிகமாக பேசுவார்கள், கற்றுக்கொள்ளும் மாணவர்கள் சில கேள்விகளைக் கேட்பார்கள். பயிற்சி சூழலிலோ,

பயிற்சி பெறுவோர் அதிகம் பேசுவார்கள், பயிற்சி அளிப்பவர் ஒரு சில கேள்விகளைக் கேட்பார். கற்றுக்கொடுக்கும் சூழலில், பாடம் முடிந்தவுடன் கேட்கப்படும் கேள்வி, “அவர்களுக்குப் பிடித்திருந்ததா?”, அல்லது, “அவர்களுக்குப் புரிந்ததா?”. பயிற்சி சூர்லில், பயிற்சி முடிந்தவுடன் கேட்கவேண்டிய முக்கிய கேள்வி, “அவர்கள் பயிற்சிபெற்றவாரு செய்வார்களா?”

3. குறிப்பிட்ட நேரத்துக்குள் பாடத்தை முடிக்க முடி யாவிட்டால்நான் என்ன செய்ய வேண்டும்?

இயேசுவைப் பின்பற்றுவோம் பயிற்சியில், பயிற்சி முறை மிகவும் முக்கியம் வாய்ந்தது. பாடப்பகுதியை மட்டுமன்றி, மற்றவர்களுக்கு பயிற்சியளிக்கவும் கற்றுக்கொடுக்க வேண்டும். ஒரு முழு பாடத்தையும் முடிக்க நேரம் போதவில்லையானால், “ஆய்வு” பகுதியை இரண்டாகப் பிரியுங்கள். பயிற்சி முறையில் ஒரு பகுதியை விட்டுவிடுவதைப் பார்க்கிலும் முறையை முழு-மையாகக் கொண்டு, பாடத்தை இரண்டாக பிரிப்பதே நல்லது.

ஒரு பொதுவான முயற்சி என்னவென்றால், நேரம் போதாத சமயங்களில் பொறுப்பேற்பையும் செயல்முறை பயிற்சியையும் விட்டுவிடுவதே; ஆனால் அப்படிச் செய்தால் இப்பயிற்சி எப்பொழுதும் செய்கிற வேத ஆராய்ச்சி போன்றதாகிவிடும். ஆனால், இந்த சீடத்துவ பெருக்கத்திற்கு முக்கிய காரணம், பொறுப்பேற்றுதலும், செயல்முறை பயிற்சியுமே. இவைகளை தவிர்க்காதீர்! அதற்கு பதில், ஆய்வு பகுதியை இரண்டு கூட்ட நேரங்களாக பிரித்து, பயிற்சி முறை மாற்றாமல் செய்யுங்கள்.

4. இந்தப் பயிற்சியை ஆரம்பிக்க சில யோசனைகளைத் தருவீர்களா?

உங்களிடத்தில் ஆரம்பியுங்கள். உங்களிடம் இல்லாததை பிறருக்குத் தர முடியாத. இந்த பாடங்களைக் கற்றுக்கொண்டு, தினசரி உங்கள் வாழ்க்கையில் செய்துபாருங்கள். ஒரு குறிப்பிட்ட அளவிற்கு எட்டியபிறகே பிறருக்கு பயிற்சியளிக்க முடியும் என்று பெரும்பாலானோர் தவறாக எண்ணுவது போல நீங்களும் எண்ணாதீர்கள். மற்றொரு உண்மை என்னவென்றால், நீங்கள் மற்றவர்களுக்குத் தரும்பொழுது, உங்களுக்கும் உண்டாகும். நீங்கள் விசுவாசியானால், பரிசுத்த ஆவியானவர் உங்களில்

வாசம் செய்கிறார்; எனவே நீங்கள் பிறருக்கு பயிற்சியளிக்கும் அளவை எட்டிவிட்டீர்கள் என்பது உறுதி.

நீங்கள் கற்றுக்கொள்ளாததை பிறருக்குக் கற்றுக்கொடுக்க இயலாது என்பது உண்மை என்றாலும், நீங்கள் கற்றுக்கொடுக்காததை நீங்கள் சரியாக புரிந்துகொள்முடியாது என்பதும் உண்மையே. தைரியமாக செய்யுங்கள். எதைக் குறித்தும் கவலைப்படாமல், போய் மற்றவர்களுக்கு பயிற்சியளியுங்கள். தேவன் கிரியை செய்யுமிடத்தில் நீங்களும் அவரோடு சேரும்போது, மற்றவர்களுக்கு பயிற்சியளிக்க பல தருணங்கள் கிடைக்கும். ஐந்து பேரானாலும், ஐம்பது பேரானாலும் சரி, ஒரே அளவு ஆர்வத்துடன் பயிற்சியளியுங்கள். சிறிதளவு விதைத்தால், சிறிதளவு அறுப்பீர்கள்; பெரிதளவு விதைத்தால், பெரிதளவு அறுவடை செய்வீர்கள். நீங்கள் பெறும் அறுவடை அதிகப்பட்ச சமயங்களில் நீங்கள் மற்றவர்களுக்குப் பயிற்சியளிக்கும் அளவிற்கேற்பவே அமையும்.

5. ஐந்தின் சட்டம் என்றால் என்ன?

பயிற்சி பெறுவோர் ஒரு பாடத்தை மற்றவர்களுக்குக் கற்றுத்தருமுன் ஐந்து முறை பயிற்சிசெய்ய வேண்டும்; அப்பொபுது தான் தேவையான நம்பிக்கை இருக்கும். முதல் முறை, பயிற்சியாளர்கள் “அது ஒரு நல்ல பாடம். நன்றி.” என்று கூறுவார்கள். இரண்டாவது முறை, அவர்கள் அதை கற்றுக்கொடுத்தப்பின் அவர்கள், “இதை நான் கற்றுக்கொடுக்க இயலும் என்று நினைக்கிறேன், ஆனால் உறுதியாக தெரியவில்லை என்று கூறுவார்கள். மூன்றாம் முறை அவர்கள் “நான் நினைத்த அளவிற்கு இந்த பாடத்தைக் கற்றுக்கொடுப்பது கடினம் இல்லை. நான் செய்ய முடியும் என்று நினைக்கிறெென்” என்று கூறுவார்கள்.

நான்காம் முறை, அவர்கள், □இந்தப் பாடம் எவ்வளவு முக்கியம் என்று எனக்குப் புரிகிறது; அதை மற்றவர்களுக்கு கற்றுக்கொடுக்க விரும்புகிறேன். ஒவ்வொரு முறையும் சிறிது எளிதாக மாறுகிறது□ என்று கூறுவார்கள்.

ஐந்தாம் முறை, பயிற்சிபெறுவோர், □நான் இந்தப் பாடத்தை மற்றவர்களுக்கு கற்றுக்கொடுப்பதை கற்றுத்தர முடியும். என் நண்பர்கள் மற்றும் குடும்பத்தினரின் வாழ்க்கையை தேவன்

இந்தப் பாடத்தின் மூலம் மாற்றப்போகிறார் என்று நம்புகிறேன்.□ என்று கூறுவார்கள்.

ஒரு பாடத்தை செயல்முறை பயிற்சிசெய்யும் போது, பயிற்சிபெறுபவர் அதை செய்வார் அல்லது அவர் கூட்டாளி செய்வதை கவனிப்பார். எனவே, செயல்முறை பயிற்சியை இரண்டுமுறை செய்ய வேண்டுமென்று பரிந்துரை செய்கிறோம். பயிற்சிபெறுவோர் ஒருமுறை தங்கள் ஜெபக் கூட்டாளியோடும், பின் மற்றொருவரோடும் பயிற்சி செய்ய வேண்டும்.

6. எதற்காக இவ்வளவு கையசைவுகளை உபயோகிக்கிறீர்கள்?

ஆரம்பத்தில் இது சிறிது குழந்தைத்தனமாக தோன்றினாலும், அது பாடங்களை மனதில்கொள்வதற்கு உதவியாக இருப்பதை பெரும்பாலான மக்கள் விரைவில் உணருகிறார்கள். கற்றுக்கொள்ளும் முறையில் வேற்றுமையுள்ள பலருக்கு இந்த கையசைவுகள் உதவுகின்றன.

எனினும், கையசைவுகளைக் கற்றுக்கொடுப்பதில் ஜாக்கிறதை தேவை! நீங்கள் பயிற்சி செய்யும் இடத்திலுள்ள பழக்கவழக்கங்களை அறிந்துகொண்டு, இந்த கையசைவுகள் அந்த ஊரின் வழக்கத்தில் எந்த தவறான அர்த்தத்தையும் குறிக்காது என்று உறுதிசெய்யுங்கள். பல தென்கிழக்கு ஆசிய நாடுகளில் இவைகளை நாங்கள் பரிசோதித்து பார்த்துவிட்டோம் என்றாலும், கற்றுக்கொடுக்கும் முன் சரிபார்த்துக்கொள்வது நல்லது. மருத்துவர்கள், வழக்கறிஞர் போன்ற நன்கு படித்தவர்களும் இந்த பாடங்களைக் கற்றுக்கொண்டு கையசைவுகளைச் செய்வதில் மகிழ்ச்சி கொண்டால், ஆச்சரியப்படுவதற்கில்லை. நாங்கள் அடிக்கடி கேட்கும் ஒரு குறிப்பு என்னவென்றால், “இவை நான் மற்றவர்களுக்கு புரியவைத்து, அவர்கள் செய்யக்கூடிய பாடங்களாக இருக்கின்றன!” என்பதாகும்.

7. இந்த பாடங்கள் ஏன் இவ்வளவு எளிமையானதாக உள்ளன?

இயேசு பிறருக்கு எளிமையாகவும், ஞாபகம் வைத்துக்கொள்ளும் வகையிலும் பயிற்சி அளித்தார். இயேசு அவ்வாறு செய்ததினால், நாமும் நிஜ வாழ்க்கைப் போன்ற குறு நாடகங்களையும், கதைகளையும் உபயோகிக்கிறோம். ஒரு பாடமானது எளிதில்

பெருகக்கூடியதானால், அது, “நாப்கின் டெஸ்ட்” டில் வெற்றிபெற வேண்டும் (சாப்பிடும்போது, காகித நாப்கின் அல்லது ஒரு சிறிய காகிதத்துண்டில் அந்தப் பாடத்தை வரைந்து அல்லது எழுதி காண்பிக்க முடியுமா? அதைக் கற்றுக்கொண்டவர் உடனே மற்றொருவருக்கு அதை எழுதி அல்லது வரைந்து காண்பிக்க முடியுமா?) இயேசுவைப் பின்பற்றுவோம் பயிற்சியின் பாடங்கள் தானாக புரிந்துக்கொள்ளக்கூடியவை; அவை நல்ல விதையை விதைக்க பரிசுத்த ஆவியானவரை சார்ந்திருக்கின்றன. பயிற்சியை பலருக்கு பெருக்குவதில் எளிமை ஒரு முக்கிய பங்கை வகிக்கின்றது.

8. மற்றவர்களுக்கு பயிற்சியளிக்கும்போது மக்கள் பெரும்பாலும் செய்யும் தவறுகள் என்ன?

- *பயிற்சியின் பொறுப்பேற்புப் பகுதியை விட்டுவிடுகிறார்கள்:* பொதுவாக, சிறுகுழு கூட்டங்களில் ஆராதனை, ஜெபம் மற்றும் வேத ஆராய்ச்சி இடம்பெறும். இப்பயிற்சி இம்மூன்று காரியங்களையும் உள்ளடக்கியுள்ளது; அதற்கு மேல், செயல்முறை பயிற்சியின் மூலம் பொறுப்பேற்பையும் சேர்க்கிறது. பிறறை அன்போடு பொறுப்பேற்கச் செய்ய இயலாது என்று எண்ணி, பெரும்பாலானோர் இந்தப் பகுதியை விட்டுவிடுகிறார்கள். மாறாக, தனிப்பட்ட முன்மாதிரி நடக்கையினாலும், பிறரை குறைகூறாமல் தெளிவாக கேள்விகேட்பதினாலும், ஒரு குழுவிலுள்ளவர்கள் ஒருவரையொருவர் பொறுப்பேற்கப் பண்ணி, அதிக அளவு ஆவிக்குரிய வளர்ச்சியைக் காணலாம்.

- *பலரை விட்டுவிட்டு, ஒருசிலரை மட்டும் கவனிக்கிறார்கள்.* சீடத்துவத்தில் ஒரு நபருக்கு ஒருவர் என்ற கருத்து நல்லதுதான்; ஆனால் செயல்முறைக்கு ஏற்றதல்ல. வேதத்தில் பெரும்பாலான இடங்களில், சீடத்துவம் சிறு குழுக்களிலேயே நடந்துள்ளது. இயேசு அதிகபட்ச நேரத்தை பேதுரு, யாக்கோபு மற்றும் யோவானோடு செலவழித்தார். பேதுருவின் சீடத்துவ பயணங்களில் சில மனிதர் அவரோடு சென்று, எருசலேமில் இருந்த சபையில் உதவி செய்தார்கள். பவுலின் கடிதங்களில் பலமுறை, தான் சீடத்துவத்தில் நடத்திய மக்கள் கூட்டங்களை வரிசைப் படுத்துகிறார். உண்மையில், நீங்கள் பயிற்சி அளிப்பவர்களில் 15 அல்லது 20 சதவிகித மக்கள் மட்டுமே

பயிற்சி அளிப்பவர்களாக மாறுவார்கள். ஆனால் இதைக் குறித்து மனத்தளர்ச்சி அடைய வேண்டாம். நாம் நற்செய்தி விதையை விதைப்பதில் உண்மையுள்ளவர்களாயிருந்து, பரவி விதைத்தால், இந்த சிறிதளவான சதவிகிதத்தைக் கொண்டு தேவன் ஒரு சீடத்துவ இயக்கத்தை கொண்டு வருவார்.

- *பயிற்சியாளர்கள் மிக அதிகமாக பேசுகிறார்கள்:* பொதுவாக, ஒரு 90 நிமிட பகுதியில், பயிற்சி அளிப்பவர் மொத்தமாக குழுவிடம் சுமார் 30 நிமிடங்கள் பேசுவார். பயிற்சி பெறுவோர் அதிகபட்ச நேரத்தை ஒன்றாக சேர்ந்து ஆராதிப்பதிலும், ஜெபிப்பதிலும், பகிர்ந்துகொள்ளுவதிலும், செயல் பயிற்சி மேற்கொள்வதிலும் செலவு செய்வார்கள். மேற்கத்திய படிப்பின் பின்னணியுடன் வருகிறவர்கள் அநேகர் இந்தவித நேர ஒழுங்கை தலைகீழாக மாற்றி விடுகிறார்கள்.

- *மறுபடி பிறர்க்கு பயிற்சி அளிக்கமுடியாதபடி பயிற்சி அளிக்கிறார்கள்:* சீடத்துவ இயக்கத்திற்கு முக்கிய காரணம் மென்மேலும் பெருக்கக்கூடிய பயிற்சியே ஆகையால், நீங்கள் பயிற்சியளிக்கும் மிக முக்கிய நபர்கள் பயிற்சி அறைக்கு வெளியில்தான் உள்ளனர் - சீடத்துவ பயிற்சி பெறும் மூன்றுறாம், நான்காம், ஐந்தாம் தலைமுறை சீடர்கள். உங்களுக்கு வழிகாட்டியாக இருக்க வேண்டிய கேள்வி, □இனிவரும் சீடர் சந்ததியினர் நான் செய்வதை அதேபோல் பிறருக்குக் கற்றுக்கொடுக்க முடியுமா?□ என்பதாகும். உங்கள் பயிற்சி வழியாக வரும் நான்காம் தலைமுறை சீடர்கள், நீங்கள் செய்ததுபோலவே பகிர்ந்துக்கொண்டு, பயிற்சியை நடத்தி, அதே பயிற்சிபொருட்களை பயிற்சிக்குக் கொண்டுவந்தால் எவ்வளவு நலமாக இருக்கும்? அவர்கள் எளிதாக நீங்கள் செய்வதைச் செய்ய முடிந்தால், உங்கள் பயிற்சி பெருக்கக்கூடியது. அவர்கள் அதை வேறுவிதமாக மாற்றியமைக்க வேண்டி வந்தால், அது பெருக்குதலுக்கு ஏற்காதது.

9. என் ‘சந்திக்கப்படாத மக்கள் குழு’வில் விசுவாசிகள் இல்லாவிட்டால் நான் என்ன செய்ய வேண்டும்?

- இயேசுவைப் பின்பற்றுவோம் பயிற்சிப் பொருளை கற்றுக்கொண்டு, உங்கள் குழுவில் உள்ளவர்களிடம்

சீடத்துவ பயிற்சியையும், பகிர்தலையும் துவங்குங்கள். இந்த பயிற்சி மூலம் அவர்களுக்கு இயேசு யார் என்றும், கிறிஸ்தவராக இருப்பதின் முழு அர்த்தம் என்னவென்றும் விளங்கும். தென்கிழக்கு ஆசியாவில் நாங்கள் பல-முறை முதலாவது சீடர்களாக்கி, பின் நற்செய்தியை பகிர்ந்திருக்கிறோம். இந்த பயிற்சி மூலம் அவ்வாறு அவர்கள் அச்சுறுத்தலில்லாமல் கற்றுக்கொள்ள இயலும்.

- நீங்கள் அனுக முயற்சிக்கும் குழுவைப் போன்ற ஒற்றுமைகளுள்ள சில விசுவாசிகளை கண்டுபிடித்து, அவர்களுக்கு இந்த பயிற்சிப் பொருளைக் கொண்டு பயிற்சியளியுங்கள். தங்களைப் போன்ற பிறருக்கும் தங்கள் நண்பர்களுக்கும் இதை பிரசித்தம்பண்ணும் ஒரு ஆர்வத்தை அளியுங்கள்.

- வேதாகம கல்லூரிகளுக்குச் சென்று உங்கள் சந்திக்கப்படாத மக்கள் குழுவிற்கு ஆட்களைக் கண்டுபிடியுங்கள்.

- பலமுறை, தேவன் ஏற்கனவே தலைவர்களை உருவாக்கியிருப்பார் - நமக்கு அவர்கள் யாரென்று அறியாமலிருக்கலாம். உங்கள் குழுவில் ஒரு தொடர்புடையவர்களை கண்டுகொள்ளுங்கள். இம்மாதிரியான தலைவர்கள் உங்கள் குழு போன்ற அமைப்பைக்குறித்து கரிசனையிருந்தாலும், அவர்களை எப்படி அணுகுவதென்று அறியாமலிருக்கலாம்.

10. புதிய சீடர்கள் வேறு புதிய சீடர்களுக்குப் பயிற்சியளிக்க துவங்கும் படிகள் யாவை?

பயிற்சிபெறுவோரை தாங்கள் கற்றுக்கொண்ட எளிமையான துதிமுறையை நடைமுறையில் செய்ய ஊக்குவியுங்கள். குழுாக துதிசெய்து, பின் ஜெபம் செய்வார்கள். ‘ஆய்வு’ பகுதியில், அவர்கள் ஒருவருக்கொருவர் இந்த பயிற்சியில கற்றுக்கொண்ட பாடங்களில் ஒன்றை கற்றுக்கொடுக்கலாம்; அல்லது, மூன்று செயல்முறைப்படுத்தும் கேள்விகளோடுகூட ஒரு வேதாகமப் கதையைக் கூறலாம்.

செயற்பயிற்சி பகுதியில், அவர்கள் மீண்டும் அந்த பாடத்தை ஒருவருக்கொருவர் கற்றுக் கொடுப்பார்கள். எளிமையான துதி

முறையை பயிற்சி பெறுபவர்கள் ஒன்பது முறை பயிற்சியின்போது செய்து பார்க்கிறார்கள்; எனவே பயிற்சி முடிந்தப்பின் ஒரு சீடத்துவ குழுவை துவங்கும் தன்னம்பிக்கையோடு செல்லுவார்கள்.

11. இந்த பயிற்சிப்பொருளை எந்த வகைகளில் பயிற்சியாளர்கள் உபயோகித்திருக்கிறார்கள்?

பின்வரும் வகைகளில் பயிற்சியாளர்கள் இயேசுவைப் பின்பற்றுவோம் பயிற்சிப்பொருளை உபயோகித்திருக்கிறார்கள்.

- *பயிற்சி கருத்தரங்கு* - இந்த வகையில் பயிற்சிபெறுபவர்கள் 24 முதல் 30 வரையிருப்பது நல்லது. பயிற்சிபெறுபவரின் கல்வியளவுக்கேற்ப, இப்பயிற்சி இரண்டரை அல்லது மூன்று நாட்கள் நீடிக்கும்.

- *வாராந்திர வகுப்புகள்* - இந்த முறையில் 10 முதல் 12 வரையிலானவருக்கு பயிற்சியளிக்கலாம். எளிமையான துதி முறையை செயற்பயிற்சி செய்ய நேரம் ஒதுக்கினால், மொத்தம் 12 வாரங்கள் இம்முறை பயிற்சி நீடிக்கும். பொதுவாக, இம்மாதிரி பயிற்சி யாராவது வீட்டிலோ சபையிலோ நடத்தலாம். சில பயிற்சியாளர்கள் இதை ஒருவாரம் விட்டு ஒருவாரம் நடத்துவார்கள்; அப்படிச் செய்யும்போது, பயிற்சியில் பங்கேற்போர் வகுப்பு இல்லாத வாரங்களில் பிறருக்கு பயிற்சியளிப்பார்கள் என்பதுதான் நோக்கம். இந்த அனுகுமுறை, சபை நிறுவும் இயக்கத்தை பன்மடங்கு வேகமாக்குவதை கண்டுள்ளனர்.

- *ஞாயிறுதோரும் நடக்கும் வகுப்புகள்* - இதில் 8 முதல் 12 வரை பங்கேற்கலாம். பயிற்சிமுறைக்கு நல்ல நேரம் தேவைப்படுவதால், ஒவ்வொரு பாடத்திலுமுள்ள □பாடப்□ பகுதியை இரண்டு பகுதியாகப் பிரித்து, இரண்டு ஞாயிறு வகுப்புகளில் நடத்தலாம். ஒவ்வொரு முறையும் எளிமையான துதியை வலியுறுத்தி, மொத்தம் 20 வாரங்கள் வரை நீடிக்கலாம்.

- *இறையியல் மற்றும் வேதாகமக் கல்லூரி வகுப்புகள்* - சில பயிற்சியாளர்கள் தீவிர முறையில் ஒரு வாரத்தில் இந்த பயிற்சி பொருளை உபயோகித்திருக்கிறார்கள்; அல்லது,

நற்செய்தி கூறும் சீடத்துவ வகுப்புகளில் வாராந்திர அடிப்படையில் இதை உபயோகித்துள்ளனர்.

- *மாநாடுகள்* - நூற்றுக்கணக்கான பங்குபெறுவோரடங்கிய பெரிய குழுக்களையும் இயேசுவைப் பின்பற்றுவோம் அடிப்படை சீடத்துவத்தில் பயிற்றுவிக்கலாம். தலைமை பயிற்சியாளருக்கு உதவியாக வேறு பல பயிற்சியாளர்கள் குழுக்களையும் ஆயத்தங்களையும் கவனித்துக்கொள்ள தேவைப்படும்.

- *பிரசங்கங்கள்* - இயேசுவைப் பின்பற்றுவோம் பயிற்சிபெற்ற போதகர்கள் தங்கள் சபைகளில் இந்த பாடங்களைச் கற்றுக்கொடுக்கின்றனர். பிறரைப் பயிற்றுவிப்பவர்களுக்கு இயேசுவைப் பின்பற்ற இது மிகுந்த ஊக்குவிப்பாக அமையும். ஆனால் இவற்றை பயிற்சியாக இல்லாமல் வெறும் பாடமாக கற்றுக்கொடுப்பதைத் தவிர்க்க வேண்டும். பிறருக்கு பயிற்சியளிப்பவர்களுக்கு மற்றவர்களை பயிற்றுவிக்க உறுதுணையாக அமையும் வகையில் போதகர்கள் இந்தப் பாடங்களைப் பயன்படுத்த வேண்டும்.

- *அருட்பணியாளர் உரைகள்* - அருட்பணியல் ஈடுபடுவோர் தாங்கள் எப்படி செயல்முறையில் பிறருக்கு பயிற்சியளிக்கிறார்களென்று தங்கள் ஆதரவாளர்களிடம் பகிர்ந்துக்கொள்ளலாம். இயேசுவைப் பின்பற்ற ஒரு எளிமையான வழி கிடைத்ததற்காகவும், அருட்பணியாளர்கள் களத்தில் வேலைசெய்யும் முறையை அறியவும் தாங்கள் மிகவும் பரபரப்புக்கொண்டுள்ளதாக ஆதரவாளர் அடிக்கடி கூறுகின்றனர்.

- *பயிற்சி ஊக்குவிக்குதல் (கோச்சிங்)* - சில பயிற்சியாளர்கள் இந்த பாடங்களில் சில பகுதிகளைக்கொண்டு, தலைவர்க்கு தணிப் பயிற்சியளிக்கின்றனர். இயேசுவைப் பின்பற்றுவோம் பயிற்சி முழுமையானதாக இருப்பதால் (ஒவ்வொரு பகுதியும் மற்றப் பகுதிகளை விளக்கியும் பெரிதுப்படுத்தியும் காண்பிக்கும்), பயிற்சியாளர்கள் பயிற்சியின் எந்த இடத்திலிருந்து துவங்கினாலும், கிறிஸ்துவைப் பற்றி முழுமையான காட்சியை அளிக்கிறார்களென்று உறுதி கொள்ளலாம்.

12. படிப்பறிவில்லாதவர்கள், அல்லது எழுத படிக்க சிறிதளவே தெரிவித்தவர்கள் பயிற்சியில் பங்குக்கொண்டால் நான் என்ன செய்ய வேண்டும்?

இந்த காரியத்தைக் குறித்து நாங்கள் எத்தனை அனுபவங்களை கதையாகக் கூற முடியும்! ஒரு கதையை மட்டும் கூறுகிறேன். தாய்லாந்து நாட்டில், ஒரு பயிற்சியில் பெரும்பாலும் வடக்குப் பகுதியின் மலைவாழ் பெண்கள் கலந்துகொண்டனர். அவர்கள் கலாச்சாரத்தில், பன்னிரண்டு வயது வரை பெண்களை எழுத படிக்க கற்றுக்கொடுக்கமாட்டார்கள்; எனவே பெரும்பாலான பெண்கள் வாழ்க்கை முழுவதும் எழுத படிக்கத் தெரியாதவர்களாகவே இருந்து விடுவார்கள். பயிற்சி வகுப்பில் பெரும்பாலும் ஆண்கள் மட்டுமே கற்றுக்கொள்வார்கள், பெண்கள் அமைதியாக உட்கார்ந்திருப்பார்கள். ஆனால் இப்பயிற்சி செயல்முறையாக இருந்ததினால், எல்லாப் பெண்களும் பங்கு பெற்றார்கள். குழுவில் எல்லாரும் வேத வசனங்களை வாசிப்பதற்குப் பதிலாக, ஒருவரை உறக்க வாசிக்கச் சொன்னோம்; இரண்டிரண்டு பேராக பிரிப்பதற்கு பதில் 5 அல்லது 6 பேர்கள் அடங்கிய சிறு குழுக்களாக பிரித்தோம். "இப்போது நாங்கள் மற்றவர்களுக்குக் கொடுக்கத்தக்க ஒரு பயிற்சியைப் பெற்றிருக்கிறோம்." என்று கூறும்போது அவர்கள் கண்களிலிருந்து கண்ணீர் வடிந்தது.

இணைப்பு - இ

சரிபார்ப்பு பட்டியல்கள்

பயிற்சிக்கு முன்

- *ஜெபக்குழு ஒன்றை ஏற்படுத்துங்கள்* - பன்னிரண்டுபேர் அடங்கிய ஒரு ஜெபக்குழுவை, பயிற்சியின் போதும், பயிற்சிக்கு முன்னரும் பயிற்சிக்காக ஜெபிக்க ஏற்படுத்துங்கள். இது மிக மிக முக்கியம்!

- *பயிற்சி பணிபயில்பவர் (யீசநவெளை உந) ஒருவரை வரச்சொல்லுங்கள்* - ஏற்கனவே தீவிர சீடர்களாக்குதல் பயிற்சியை பெற்றவர் ஒருவரை உங்கள் பயிற்சியில் உங்களோடு சேர்ந்து பயிற்றுவிக்க அழையுங்கள்.

- *பங்குபெறுபவர்களை அழையுங்கள்* - உங்கள் கலாச்சாரத்திற்கேற்ப பங்குபெறுபவர்களை அழையுங்கள். இது கடிதங்கள், அழைப்பிதழ்கள், போன்று இருக்கலாம். தீவிர சீடர்களாக்குதல் பயிற்சிக்கு ஏற்ற வகுப்பு 24 முதல் 30 பேர் அடங்கியதாகும். உங்களுக்கு உதவ-ியாக பல பணிபயில்பவர்கள் இருந்தால், 100 பேர் வரை பயிற்றுவிக்கலாம். மூன்று அல்லது மேற்பட்ட நபர்களுக்கு வாராந்திர வகுப்புகளாகவும் இப்பயிற்சியை அளிக்கலாம்.

- *ஏற்பாடுகளை உறுதிசெய்யுங்கள்* - பயிற்சி அறை, தங்குமிடம், சாப்பாடு, போக்குவரத்து, என தேவைக்கேற்ப ஏற்பாடு செய்யுங்கள்.

- *ஒரு நல்ல பயிற்சி அறைக்கு ஏற்பாடு செய்யுங்கள்* - அறையின் பின்பக்கம் பயிற்சி மற்றும் இதரப் பொருட்களை வைக்க இரண்டு மேஜைகள் தேவை. பயிற்சிபெறுவோர் அமர நாற்காலிகளை வட்டமாக இடுங்கள்; பொறுத்தமாயிருந்தால், நாற்காலிகளுக்கு பதில் தரையில் பாய்விரித்து உட்காரலாம்.

பயிற்சியில் செயல்முறைக்காக நடுவில் போதிய இடம் விடவும். ஒவ்வொரு நாளும் காலையிலும் மதியத்திலும் டீ, காப்பி, மற்றும் சிற்றுணவிற்கு சமயம் கொடுக்கவும்.

- *பயிற்சிக்குத் தேவையான பொருட்களை சேகரிக்கவும்* - வேதாகமங்கள், எழுதும் பலகை மற்றும் எழுதுகோல், பங்குபெறுவோருக்கான குறிப்புகள், பயிற்சியாளர் குறிப்புகள், பங்குபெறுவோர் தங்கள் அப். 29 வரைபடத்திற்காக பெரிய காகிதச் சுருள், பலவண்ண பென்சில்-பேனாக்கள், எழுதுவதற்கான நோட்டு புத்தகங்கள், மற்றும் பேனா, பென்சில்கள்.

- *ஆராதனை நேரங்களுக்கு ஏற்பாடுகள்* - ஒவ்வொருவருக்கும் கொடுக்க பாட்டுத்தாள்களோ, பாடல் நூல்களோ வேண்டும். குழுவில் யாராவது கிட்டார் வாசிக்கத் தெரிந்திருந்தால், உங்களுக்கு பாடல் சமயத்தில் உதவுமாறு கேளுங்கள். ஒவ்வொரு பாடத் தலைப்பை பொறுத்து பாடல்களைத் தேர்ந்தெடுக்கலாம்.

- *செயல்முறை பயிற்சி பொருட்கள்* - ஒரு பலூன், தண்ணீர் பாட்டில், பரிசுப் பொருட்கள், போன்றவை.

பயிற்சியின் போது...

- *இசைந்துக்கொடுக்க தயாராக இருங்கள்* - கால அட்டவணையைப் பின்பற்றுங்கள், ஆனால் பயிற்சிபெறுபவரின் வாழ்க்கையில் செயல்படும் தேவனோடு சேர்ந்து செயல்படுவதற்கு இசைந்துக்கொடுக்கவும் தயாராக இருங்கள்.

- *செயற் பயிற்சியையும் பொறுப்பேற்றுக்கொள்வதையும் வலியுறுத்துங்கள்* - நீங்கள் ஒரு பாடத்தைக் கற்றுக்கொடுத்தவுடன் பயிற்சிபெறுவோர் அதை செயற்பயிற்சி செய்துபார்ப்பதை உறுதிச்செய்யுங்கள். இந்த செயற்பயிற்சி இல்லாவிட்டால், பிறருக்கு பயிற்சியளிக்க தேவையான தன்னம்பிக்கைப் பெறமாட்டார்கள். செயற்பயிற்சி நேரத்தை விட்டுவிடுவதைக் காட்டிலும், பாடம் நடத்தும் சமயத்தை குறுக்கிக்கொள்ளலாம். பயிற்சி பெருக்கத்திற்கு செயற் பயிற்சியும் பொறுப்பேற்றுக்கொள்ளுதலும் மிக முக்கியமாகும்.

- *தலைமை ஏற்பதில் அனைவரையும் ஈடுபடுத்துங்கள்* - ஒவ்வொரு பகுதியின் இறுதியிலும் வெவ்வேறு நபரை ஜெபிக்குமாறு அழையுங்கள். பயிற்சி முடியுமுன் பங்குபெறுவோர் அனைவரும் குறைந்தது ஒரு தடவையாகிலும் முடிவு ஜெபத்தை நடத்தியிருக்க வேண்டும்.

- *பங்குபெறுவோரின் திறமைகளை கண்டுபிடித்து அவைகளைப் பயன்படுத்த வாய்ப்பு கொடுங்கள்* - பயிற்சியின்போது உபயோகப்படுத்த உதவுங்கள். இத்திரமைகள் இசை, உபசரித்தல், ஜெபித்தல், கற்றுக்கொடுத்தல், உதவி செய்தல், போன்றதாயிருக்கலாம்.

- *மறுஆய்வு செய்ய மறவாதீர்* - ஒவ்வொரு பாடப்பகுதியின் துவக்கத்திலும், மறுஆய்வு செய்வதை விட்டுவிடாதீர்கள். பயிற்சியின் முடிவில் ஒவ்வொருவரும் அனைத்து கேள்விகள், பதில்கள், கையசைவுகள் ஆகியவற்றை செய்துகாண்பிக்க கூடியவர்களாயிருக்க வேண்டும். பயிற்சி பெற்றவர்கள், நீங்கள் அவர்களுக்கு பயிற்சியளித்ததுபோலவே அவர்கள் பிறருக்கு பயிற்சியளிக்கும்போது ஒவ்வொரு பாடத்தின் துவக்கத்திலும் முன் கற்றப் பாடங்களை மறுஆய்வு செய்ய வேண்டும்.

- *பயிற்சியை மதிப்பிட ஆயத்தமாயிருங்கள்* - ஒவ்வொரு பகுதயிலும், பயிற்சியில் எது அவர்களுக்கு சரியாக புரியவில்லை, என்ன கேள்விகள் கேட்கிறார்களென்று குறித்து வையுங்கள். பயிற்சி பணிபயில்பவரும் சேர்ந்து மதிப்பிடுவதற்கு இந்தக் குறிப்புகள் உதவியாயிருக்கும்.

பயிற்சி முடிந்தபின்

- *உங்கள் பணிபயில்பவரோடு சேர்ந்து பயிற்சியின் ஒவ்வொரு காரியத்தைக் குறித்தும் மதிப்பீடு செய்யுங்கள்* - நன்கு நடந்த காரியங்களையும் நன்கு நடக்காத காரியங்களையும் பட்டியலிடுங்கள். அடுத்தமுறை எப்படி இன்னும் நன்றாக செய்யலாமென்று திட்டமிடுங்கள்.

- *உங்களோடு பயிற்சியளிப்பதில் பணிபயிலக்-கூடியவர்களை தொடர்பு கொள்ளுங்கள்* - பயிற்சி பெற்றவர்கள் மத்தியில் நல்ல தலைமைத்துவ திறமையைக் காண்பித்தவர்களை

தொடர்பு கொண்டு, பின்வரும் பயிற்சியில் உங்களோடு சேர்ந்து பயிற்சியளிக்க முடியுமா என்று பார்க்கவும்.

- *அடுத்த பயிற்சிக்கு ஒரு நண்பரை அழைத்து வருமாறு பங்குபெறுவோரை ஊக்குவியுங்கள் - அடுத்தமுறை ஒரு நண்பரோடு வருமாரு கூறுங்கள். மற்றவர்களைப் பயிற்றுவிப்போரின் எண்ணிக்கையை அதிகரிக்க இது ஒரு நல்ல முறையாகும்.*

அட்டவணை

இந்த பயிற்சி புத்தகத்தை உபயோகித்து, மூன்று நாள் அல்லது 12-வார பயிற்சியை நடத்துங்கள். இரு அமைப்பிலும், ஒவ்வொரு பாடத்திற்கும் ஒன்றரை மணிநேரம் தேவை; இவை பக்கம் 32ல் கொடுக்கப்பட்ட பயிற்சியளிப்போருக்கான பயிற்சி செய்முறையை உபயோகப்படுத்துகிறது.

அடிப்படை சீடத்துவ பயிற்சி - 3 நாட்கள்

அடிப்படை சீடத்துவ பயிற்சி - 12 வாரங்கள்

www.ingramcontent.com/pod-product-compliance
Lightning Source LLC
Chambersburg PA
CBHW071500040426
42444CB00008B/1425
* 9 7 8 1 9 3 8 9 2 0 3 4 9 *